शांतता! कोर्ट चालू आहे

विजय तेंडुलकर यांची नाटके

नाटक

अशी पाखरे येती
एक हट्टी मुलगी
कमला
कन्यादान
कावळ्यांची शाळा*
कुत्रे
गिधाडे
गृहस्थ*
घरटे अमुचे छान
घाशीराम कोतवाल
चिमणीचं घरं होतं मेणाचं
चिरंजीव सौभाग्यकांक्षिणी
झाला अनंत हनुमंत
त्याची पाचवी***
दंबद्वीपचा मुकाबला
नियतीच्या बैलाला**
पाहिजे जातीचे
फूटपायरीचा सम्राट
बेबी
भल्याकाका
भाऊ मुरारराव
मधल्या भिंती
माणूस नावाचे बेट
मित्राची गोष्ट
मी जिंकलो! मी हरलो!
विठ्ठला
शांतता! कोर्ट चालू आहे
श्रीमंत
सखाराम बाइंडर
सफर**
सरी ग सरी

एकांकिका

समग्र एकांकिका : भाग १
समग्र एकांकिका : भाग २
समग्र एकांकिका : भाग ३

बालवाङ्मय

इथे बाळं मिळतात
चांभारचौकशीचे नाटक
चिमणा बांधतो बंगला
पाटलाच्या पोरीचं लगीन
बाबा हरवले आहेत
बॉबीची गोष्ट
राजाराणीला घाम हवा

अनुवादित

आधे अधुरे
(मूळ लेखक : मोहन राकेश)
तुघलक
(मूळ लेखक : गिरीश कार्नाड)
मी कुमार
(मूळ लेखक : मधु राय)
लिंकन यांचे अखेरचे दिवस
(मूळ लेखक : मार्क फॉन डॉरन)
लोभ नसावा ही विनंती
(मूळ लेखक : जॉन पॅट्रिक)
वासनाचक्र
(मूळ लेखक : टेनेसी विल्यम्स)

---

* 'गृहस्थ'चे पुनर्लेखन : 'कावळ्यांची शाळा'
** ध्वनिफितीच्या रूपानेही प्रकाशित
*** मूळ इंग्रजी : His Fifth Woman (अनु. चंद्रशेखर फणसळकर)

शांतता ! कोर्ट चालू आहे

विजय तेंडुलकर

पॉप्युलर प्रकाशन, मुंबई

शांतता! कोर्ट चालू आहे
(म - ५५१)
पॉप्युलर प्रकाशन
ISBN 978-81-7185-804-0

SHANTATA! COURT
CHALOO AAHE
(Marathi : Play)
Vijay Tendulkar

पहिली आवृत्ती : १९६८ / १८९०
(मौज प्रकाशन गृह, मुंबई)
चौथी आवृत्ती : १९८६ / १९०८
पाचवी आवृत्ती : १९९८/१९२०
सहावी आवृत्ती : २००३/१९२५
पाचवे पुनर्मुद्रण : २०२१/१९४२
सहावे पुनर्मुद्रण : २०२४/१९४६
आठवे पुनर्मुद्रण : २०२५/१९४७
नववे पुनर्मुद्रण : २०२५/१९४७

प्रकाशक
अस्मिता मोहिते
पॉप्युलर प्रकाशन प्रा. लि.
३०१, महालक्ष्मी चेंबर्स
२२, भुलाभाई देसाई रोड
मुंबई ४०००२६

अक्षरजुळणी
स्मिता टाइपसेटर्स
११२०, सदाशिव पेठ
विद्याधर अपार्टमेंट
निंबाळकर तालीम चौक
पुणे ४११०३०

मुद्रक
ट्रिनिटी अकॅडमी फॉर कॉर्पोरेट ट्रेनिंग लि.
पुणे

मला जन्म आणि जन्मभर पुरेल एवढी निकोप जीवनदृष्टी
जिने भरपूर क्लेशांच्या मोबदल्यात दिली
त्या माझ्या आईला सादर समर्पण.

नाटक कसे लिहू नये, त्याचा वस्तुपाठ ठरावा अशा परिस्थितीत आणि अशा पद्धतीने हे नाटक लिहिले गेले.

म्हणूनच यावर स्तुतिपर लिहिले-बोलले जाते याचे श्रेय मला नाही हे चांगलेच लक्षात असते.

'रंगायन'च्या जिद्दी कलावंतांनी प्रयोगाआधी दोन दिवसांपर्यंत चिकाटीने पाठपुरावा करून हे पूर्ण करून घेतले. काही चांगले निर्माण झाले असले तर श्रेय त्यांचे आहे.

या नाटकाचा विषय आणि दुय्यम व्यक्तिरेखा नवरात्रात अभिरूप न्यायसभेचा कार्यक्रम करण्यासाठी पार्ल्यात आलेल्या काही मंडळींमुळे मिळाल्या. मीच त्यांना त्यांच्यात चाललेली कार्यक्रमाची धावती तालीम आणि चर्चा ऐकत कार्यक्रमाचे सभागृह दाखवले. कुमारी बेणारेची मध्यवर्ती व्यक्तिरेखा एका कवितेतून समोर आली. सौ. शिरीष पै यांची ही सुंदर कविता कु. बेणारे हिच्याच तोंडी पहिल्या अंकात टाकली आहे. हे सर्व नाटक म्हणून उभे करताना खऱ्याखोट्या न्यायसभेशी संबंधित अशा अनेक नाटक-चित्रपटांचा आणि पुस्तकांचा मला तांत्रिक बाबतीत प्रत्यक्षाप्रत्यक्ष उपयोग झाला. त्यांपैकी 'वुई आर नो एंजल्स' हा एका इंग्रजी नाटकावरचा बराच जुना चित्रपट, 'डेंजरस गेम' ही ड्युरेनमात या जर्मन कादंबरीकाराची मातबर कादंबरी, 'डॉक्टर लागू' या आचार्य अत्रे यांच्या नाटकाचा शेवटला अंक आणि जे. बी. प्रीस्टली यांचे 'टाइम प्लेज' यांचा उल्लेख कृतज्ञतापूर्वक केला पाहिजे.

या नाटकाचा गाभा आणि त्यात व्यक्त झालेले जीवन शंभर टक्के येथले आहे.

—विजय तेंडुलकर

या नाटकाचा पहिला प्रयोग 'रंगायन', मुंबई, या संस्थेने दि. २०/१२/१९६७ रोजी दुपार ३।। वाजता रवींद्र या नाट्यगृहात सादर केला.

दिग्दर्शक – अरविंद देशपांडे
नेपथ्य – राम शितूत
रंगमंच व्यवस्था – प्रभाकर गोखले

भूमिका

सुखात्मे – सतीष दुभाषी
काशीकर – नारायण पै
पोंक्षे – श्रीकांत लागू
सामंत – अरुण काकडे
कर्णिक – राजा बापट
रोकडे – विजय कालगावकर
सौ. काशीकर – शरयू भोपटकर
कु. बेणारे – सौ. सुलभा देशपांडे

अंक पहिला

[प्रकाश उजळतो तो एका ओक्याबोक्या दालनावर. याला दोन दारे. एक बाहेरून यायचे. दुसरे बाजूच्या एका खोलीत जायचे. दालनाची एक बाजू डाव्या विंगेत पुढे निघून गेल्यासारखी दिसते. दालनात एक तयार व्यासपीठ, एकदोन जुनाट लाकडी खुर्च्या, एक खोके, एक स्टूल, असे काहीबाही अडगळीसारखे पडलेले आहे. एक बंद घड्याळ भिंतीला दिसते. काही पुढाऱ्यांच्या जुनाट तसबिरी. देणगीदारांची नावे असलेले लाकडी फलक. एखादे गणपतीचे चित्र दारावर लावलेले. दार बंद.
बाहेर चाहूल. दाराची कडी बाहेरून उघडते. एकजण स्वत: जणू नव्यानेच हे दालन पाहत असावा तसा आत सरकून उभा राहतो. हा सामंत, हातात कुलूप-किल्ली. एक खेळण्यांतला हिरवा कापडी पोपट. एक पुस्तक.]

सामंत : (पाहत) हेच ते. या. हाच तो हॉल. कचराबिचरा सकाळीच काढलेला दिसतोय– आज कार्यक्रम आहे म्हणून!
[कु. बेणारे मागोमाग दारात येऊन उभी. बोट ओठांत. हाती सामानाचे बास्केट आणि मनीपर्स धरून.]
काय झालं? कडी काढताना बोट चिंबटलं? या जुन्या कड्यांचं असंच असतं. सरळ सरकायच्याच नाहीत आणि जरा जरी कोयंडा बाहेर राहिला आणि कडी पुरती बाजूला खेचली नाही–

तर काय होतं सांगा? दार आतनं बंद करून घेतलं की खलास! बाहेरून कडी! चोखा जरा. म्हणजे बरं वाटेल. माझं एकदा कोयंड्यात या उजव्या हाताचं बोट सापडलं होतं– अंगठा आणि बोट यांतला फरकच माझा मला कळला नाही. पाच दिवस असं सुजलं होतं! त्यामुळं चार बोटांनी सगळं करावं लागत होतं.

बेणारे : अय्या! (त्याला) काही नाही, उगीच. मला सवय आहे. पण मला फार छान वाटतंय. इथं स्टेशनवर सर्वांबरोबर उतरले नि बऱ्याच दिवसांनी एकदम छानच वाटू लागलं.

सामंत : ते का?

बेणारे : का कुणास ठाऊक आणि तुमच्याबरोबर इथं येताना आणखीच छान वाटलं. बरं झालं सगळे मागं राहिले. काय झपझप आलो नाही आपण?

सामंत : हो ना. म्हणजे मलासुद्धा एवढं झपझप चालण्याची सवय नाही. भलत्याच झपाट्यानं चालता तुम्ही.

बेणारे : नेहमीच नाही काही. पण आज चालले. वाटलं की मागं टाकावं सगळ्यांना– आणि तुमच्याबरोबर कुठंतरी लांब जात राहावं.

सामंत : (गोंधळून) माझ्याबरोबर?

बेणारे : येस. तुम्ही मला आवडलात.

सामंत : (मनस्वी लाजून, संकोचून) कसचं कसचं. हॅ हॅ– आम्ही काय...

बेणारे : तुम्ही फार चांगले आहात आणि सांगू का? तुम्ही खूप निष्पाप आणि भले आहात.

सामंत : (अविश्वासाने) मी?

बेणारे : हो. नि हा हॉलसुद्धा ना, मला आवडतो आहे. (फिरते आहे.)

सामंत : हॉलसुद्धा? तसा जुनाच आहे. गावात काही प्रोग्रॅम असले की इथंच होतात. प्रोग्रॅम्ससाठीच आहे म्हणा ना हॉल या भागात. भाषणं, पानसुपाऱ्या, लग्नं.... झालंच तर गावातल्या बायकांचं

भजनीमंडळ इथे दुपारी प्रॅक्टीस करतं. आज रात्री प्रोग्रॅम की नाही, म्हणून आज भजन बंद असेल. रात्री प्रोग्रॅम म्हणजे दिवसा बायकांच्या भजनाला सुट्टी. का सांगा– एरवी रात्री लौकर घरकामं उरकणार कशी? काय?

बेणारे : (चौकस सावधपणे) तुमची बायको आहे वाटतं भजनाच्या मंडळात?

सामंत : अहं. चूक. बायको नव्हे, वैनी. मला बायकोच नाही.

बेणारे : (त्याच्या हातातल्या हिरव्या कापडी पोपटाकडे बोट दाखवीत) मग हे कुणासाठी?

सामंत : हे ना? पुतण्यासाठी— फार गोड आहे मुलगा. तुम्हांला आवडलं हे खेळणं?

बेणारे : हो–

सामंत : म्हणजे लग्न झालेलंच नाही माझं अद्याप. कारण तसं काही नाही. तशी पोटापुरती नोकरीबिकरी आहे आपल्याला. पण झालं नाही. मध्ये इथं जादूचे प्रयोग झाले होते. दृष्टिभ्रम, मोहिनीविद्या वगैरे–

बेणारे : तुम्ही पाहिलेत?

सामंत : तर. दर प्रोग्रॅमला असतो.

बेणारे : असं?

सामंत : हो. एकही प्रोग्रॅम चुकवत नाही. नाहीतर इथं दुसरी करमणूक कुठली?

बेणारे : खरंच (त्याच्याजवळ जाऊन विश्वासात घेतल्याप्रमाणे सुरात) जादू जवळून पाहिलीत तुम्ही?

सामंत : हो. म्हणजे अगदी जवळ नव्हतो. पण तरी जवळच. का?

बेणारे : (जवळीक कायम ठेवून) ती जीभ तोडून कशी जोडतात हो?

सामंत : (जरा लांब होत) जीभ ना? जीभ– म्हणजे तसं सांगता नाही येणार ते...

बेणारे : सांगा ना पण.

सामंत : अं? पण–

[ती पुन्हा तितकी जवळ येते. तो संकोचून लांब होतो.]
काय आहे की– प्रयत्न करतो– म्हणजे जमणार नाहीच, पण... आता ही जीभ. (बोटाचे पेर पुढे जवळ धरतो.)

बेणारे : बघू.
[त्या निमित्ताने ती आणखी जवळ जाते त्याच्या. एकदोन क्षण तिला त्याच्या जवळिकीची जाणीव. पण त्याला ती नाही.]

सामंत : (एकाग्रपणे) ही जीभ. ही अशी तोडली. की काय होईल? रक्त येईल. पण ते नाही येत. आता रक्त का नाही येत? तर मोहिनीविद्येत तसं काहीतरी असलं पाहिजे– म्हणजे तशी सोय. म्हणून रक्त येत नाही. काहीच होत नाही– काहीसुद्धा नाही– दुखतसुद्धा नाही– तर....
[त्याच्या निष्पापपणाची प्रतिक्रिया म्हणून की काय, ती त्याच्या पासून लांब निघते.]

बेणारे : अजून कसे पोचले नाहीत हे लोक? डुलत डुलत चालतील. माणसानं कसं चटपटीत असावं.

सामंत : हो. जिभेचं सांगत होतो– मोहिनीविद्या–

बेणारे : शाळेत पहिल्या बेलला माझं पाऊल शाळेच्या आवारात असतं. गेल्या आठ वर्षांत कुणाचं या बाबतीत ऐकून घेतलेलं नाही मी. शिकवण्याच्या बाबतीतसुद्धा. माझा पोर्शन कध्धी मागं राहायचा नाही. वह्या वेळच्या वेळी तपासलेल्या मिळतील. नाव ठेवायला जागाच राहू देत नाही मी कुणाला.

सामंत : मास्तरीण आहात वाटतं तुम्ही?

बेणारे : नव्हे. शिक्षिका. अगदीच मास्तरीण वाटते मी?

सामंत : नाही नाही, त्या अर्थानं नाही म्हणालो मी...

बेणारे : म्हणा वाटलं तर.

सामंत : पण म्हणालोच नाही–मास्तरीण म्हणजे मुलांना शिकवता असं... अशा अर्थी म्हणालो– हो...

बेणारे : मोठ्या माणसांपेक्षा ती फार बरी. निदान जादा शहाणपणाचा आंधळा अहंकार आणि चुकीच्या कल्पना तरी नसतात त्यांच्या

डोक्यात. ओरबाडून रक्त काढून भ्याडपणानं नंतर पळत तरी नाहीत ती! ती खिडकी उघडा. मला उकडू लागलं.

[तो तत्परतेने खिडकी उघडतो. बेणारे दीर्घ श्वास घेते.]

आता जरा बरं वाटतंय. नव्हे नव्हे, छान वाटतंय. (पुन्हा मोकळी फिरू लागते हॉलभर.)

सामंत : ते जिभेचं मघाचंच पुरे करू या का? मोहिनीविद्या? (पुन्हा बोट पुढे धरून) आता पाहा हां. ही जीभ. ही तोडली.

बेणारे : ते नको आता.

सामंत : (आज्ञाधारकपणे) बरं. (हात खाली करतो. मग एकदम पुढे होऊन एक खुर्ची उचलून तिच्यापाशी नेऊन ठेवीत) पण तुम्ही फिरताय का? चांगल्या बसा ना. तुमचे पाय दुखतील.

बेणारे : उभ्यानं शिकवण्याची सवय आहे मला. क्लासमध्ये बसून कधीच शिकवत नाही मी. त्यामुळं सगळा क्लास नजरेत असतो माझ्या. कुणी मिस्चीफ नाही करू शकत. माझ्या वर्गावर पक्का दरारा असतो माझा आणि माझ्याबद्दल त्यांना निष्ठासुद्धा असते. माझ्यासाठी माझी मुलं काहीही करतील. कारण मी माझं रक्त ओतते त्यांना शिकवण्यात. (मग वेगळ्या स्वरात) म्हणूनच माझा मत्सर वाटतो अनेकांना– विशेषत: मास्तरणींना आणि चालकांना. पण माझं काय करणार ते? काय करणार? करून करून काय करतील? हूं:! चौकशी करताहेत! माझ्या शिकवण्यात तर मी चोख आहे. प्राण ओतून मी शिकवते– रक्ताचं पाणी केलंय मी या नोकरीत! केवळ एक आरोप सिद्ध झाला म्हणून काय करतील ते? काढून टाकतील? टाकू देत. मी कुणाचं वाईट नाही केलेलं. कुणाचंही नाही. मी केलं असलं तर माझंच वाईट केलं आहे– पण हा काय काढून टाकण्याचा आरोप आहे? मी माझं काय करायचं ते हे कोण ठरवणार? माझं आयुष्य हे माझं आहे– नोकरीसाठी विकलेलं नाही मी ते कुणाला. माझी मर्जी ही माझी आहे– माझी इच्छा माझीच आहे. ती कुणी नाही मारू शकणार– कुणी नाही.

माझं, माझ्या आयुष्याचं मी काय हवं ते करीन! मी ठरवीन माझं– [अभावितपणे ओटीपोटावर हात. एकदम अडून, सामंतवर नजर जाऊन गप्प होते. क्रमशः भानावर येते. सामंत अवघडलेला.]

सामंत : (अवघडून) मी बघून येऊ का, अजून का आले नाहीत ते बाकीचे?

बेणारे : (एकदम) नको. (मग क्रमशः नॉर्मल होत) मला– मला ना, एकटीला भीती वाटते.

सामंत : मग नाही जात. तुम्हांला बरं वाटत नाही का?

बेणारे : (एकदम अवसान घेऊन) हंबग! मला मुळीसुद्धा काही होत नाही. आय ॲम फाइन! (स्वत:शीच हलक्या टाळ्या वाजवून एक इंग्रजी गाणे गुणगुणू लागते.)

ओ आय हॅव गॉट ए स्वीटहार्ट
हू कॅरीज ऑल माय बुक्स
ही प्लेज इन माय डॉल्स-हाऊस
ही सेज, ही लाइक्स माय लुक्स
आय विल टेल यू ए सीक्रेट :
ही वॉन्ट्स टु मॅरी मी,
बट ममी सेज, आय ॲम टु लिट्ल
टु हॅव सच थॉट्स इन मी...

(मग ते सोडून) आम्ही आज काय करणार आहोत माहीत आहे, कोण ते तुम्ही–

सामंत : सामंत.

बेणारे : तेच.

सामंत : हो. देवळाशी पाटी लागली आहे ना– सोनार मोती चाळ, मुंबईच्या जागृती सभेचं अभिरूप न्याय... न्याय... काय ते– हो, न्यायालय. ठीक रात्री आठ वाजता.

बेणारे : म्हणजे काय पण?

सामंत : ते नाही बुवा माहीत. कोर्टाचं काहीतरी...

बेणारे : बरोबर. खरं कोर्ट नव्हे; खोटंखोटं, लुटपुटीचं.

सामंत : म्हणजे कोर्टाची एक गंमत.

बेणारे : तेच. पण सामंत, उद्बोधन हादेखील आमच्या या कार्यक्रमामागचा एक प्रधान हेतू आहे– असं आमचे अध्यक्ष काशीकर तुम्हांला सांगतील. काहीतरी प्रधान हेतू असल्याशिवाय काशीकरांचं पाऊलसुद्धा पुढं पडणार नाही. दुसऱ्या 'मिसेस पाळण्याची दोरी'– म्हणजे मिसेस काशीकर. आदर्श गृहिणी आहे बिचारी– 'जिच्या हाती पाळण्याची दोरी' वाली. पण उपयोग! समाजसेवेतून जगाच्या उद्धारात 'मिस्टर प्रधान हेतू' गुंतल्यामुळं बिचारी पाळण्याची दोरी पाळण्याशिवाय राहिली आहे.

सामंत : म्हणजे (दोन हात आंदुळवून दाखवून) हे नाही त्यांना?

बेणारे : राइट. तुम्ही बरेच हुशारसुद्धा दिसता की! मिस्टर काशीकर आणि पाळण्याची दोरी यांनी दोघांच्याच ओक्याबोक्या घरात एकमेकांचं काही होऊ नये किंवा कंटाळ्यानं जीव जाऊ नये म्हणून एक मुलगा पाळला. त्याला शिकवला, राबवला, लाचार केला. त्याचं नाव बाळू. बाळू रोकडे. झालंच तर एक कायदातज्ज्ञ आहेत आमच्यात. कायद्यातला त्यांचा अधिकार एवढा मोठा आहे, की त्यांच्या वाटेला कोर्टात अडला अशीलसुद्धा जात नाही. कोर्टात एकटेच बसून ते आपल्या कायद्याच्या ज्ञानानं बाररूममधल्या माश्या मारतात– आणि चाळीतल्या बिऱ्हाडात एकटेच बसून बिऱ्हाडातल्या माश्या मारतात. आजच्या अभिरूप खटल्यात फार मोठे वकील आहेत ते– हूं! बघालच त्यांचा पराक्रम! आणि एक 'हूं' आहेत. (पाइप तोंडात धरल्याचा आविर्भाव) हूं! सायंटिस्ट! इंटर फेल!

सामंत : मजा येणार बाकी!

बेणारे : आणि एक 'इंटलेक्चुअल' पण आहेत आमच्यात– इंटलेक्चुअल म्हणजे– आपल्या पुस्तकी बुद्धिमत्तेचा अहंकार बाळगणारे आणि कृतीच्या वेळी पळ काढणारे. तोंड लपवणारे. आज आलेले नाहीत. येणारसुद्धा नाहीत. छाती नाही त्यांची.

सामंत : पण खटला कशाबद्दल असणार आजचा?

बेणारे : अण्वस्त्रनिर्मितीबद्दल प्रेसिडेंट जॉन्सन यांच्यावर खटला आहे आज.

सामंत : बाप रे!

बेणारे : श्शू! आले वाटतं सगळे– (कल्पना सुचून) तुम्ही असे इकडे या. या, लपा असे. लपा. मी इथं अशी होते. लपा नीट. या म्हणावं आता.

[सामंत आणि बेणारे बाहेरून आत येण्याच्या दाराआड लपलेली. एकमेकांचा स्पर्श एकमेकांना होतो आहे.

'हिअर इट ईज', 'सापडला अखेर' म्हणत वकील सुखात्मे, शास्त्राचा अभ्यासू पोंक्षे, दोनतीन पेट्या, दोन पिशव्या, मायक्रोफोनचा एक बॅटरीवरचा सेट असे बरेच सामान घेऊन 'अभिरूप न्यायालया'त पट्टेवाला म्हणून काम करणारा रोकडे असे तिघे दारावाटे प्रवेश करतात. सुखात्म्यांच्या तोंडात शिलगावलेली विडी. पोंक्षेच्या तोंडी पाईप, मागोमाग कोर्टाचे दोन लाकडी पिंजरे घेऊन एक गडी. ते येताच बेणारे सामंताबरोबर दाराआडून पुढे होऊन केवढ्यांदा तरी 'भो:' असे ओरडते. सगळे क्षणमात्र धसकून जातात. मग एकेक सावरतात. बेणारे खळखळून अनावर हसत राहते. सामंत हे सर्व कुतूहलाने, नवलाने पाहत राहतो.]

रोकडे : (सामान एका ठिकाणी नेऊन ठेवीत) केवढ्यांदा बेणारेबाई! हे सगळं खाली पडलं असतं ना! मला फुकट काशीबाईंनी दाटलं असतं. काही झालं तरी त्या मलाच दाटतात. आश्रित म्हणून शिकलो ना! आता भोग आपल्या कर्माची फळं! (हुश्श करतो.)

[गडी डाव्या विंगमध्ये पिंजरे ठेवून परत येतो. पोंक्षे त्याची हमाली चुकती करतो. गडी बाहेर जातो.]

पोंक्षे : (डोळ्यांचा जाड फ्रेमचा चष्मा काढून ठेवीत वजनदारपणे) ओ गॉश! कुठं आहे... (पुटपुटत आतल्या खोलीत जातो.)

सुखात्मे : (एक मोठा दम मारून धूर सोडून) एक छोटी मुलगी आहे

माझ्या मनात दडून! बाई, काही झालं तरी तुम्ही काही प्रौढ व्हायला तयार नाहीत, आं?

बेणारे : का, तशी वर्गात गंभीर असते की मी. पण मी म्हणते, सर्व वेळ माणसांनी उगीच लांब नाहीतर चौकोनी चेहरा करून कशाला जगायला हवं? त्या पोंक्षेंसारखं? हसावं, खेळावं, गावं, जमलं आणि नाचू दिलं तर नाचावंसुद्धा. काही कसली लाज नि भीड नि पर्वा ठेवू नये. खरंच सांगते. आपलं आयुष्य संपलं तर काय कुणी स्वत:चं द्यायला येणार आहे? काय हो सामंत? येणार आहे?

सामंत : हे बाकी बरोबर. तुकाराममहाराजच म्हणाले आहेत... म्हणजे तेच असावेत बहुधा...

बेणारे : तुकाराममहाराजांचं राहू द्या. मी म्हणते, मी– लीला बेणारे, एक जिवंत बाई– अनुभवानं म्हणते, आयुष्य कुणासाठी नसतं. ते स्वत:साठीच असतं. असलं पाहिजे. ते फार फार महत्त्वाचं आहे. त्याचा प्रत्येक क्षण, प्रत्येक कण मोलाचा आहे–

सुखात्मे : (टाळ्या वाजवून) हिअर हिअर!

[आतून पोंक्षे आलेला.]

बेणारे : हिअर नव्हे– (पोंक्षेंकडे निर्देश करून) देअर. (खुदूखुदू हसत राहते.)

पोंक्षे : (न कळून) काय झालं?

बेणारे : पोंक्षे, शपथेवर खरं सांगा, कार्यक्रमाच्या आधी तुम्हांला येणाऱ्या नर्व्हसनेससाठी तुम्हांला लागते ती सोय शोधीत तुम्ही आत गेलात. करेक्ट?

सुखात्मे : काही म्हणा, बाई. पोंक्षे आपल्या न्यायसभेत साक्षीच्या पिंजऱ्यात शास्त्रज्ञ म्हणून मोठे इंप्रेसिव्ह दिसतात! पाईपबिईप! इंटर सायन्सला आमच्या शास्त्रज्ञानं वन्समोअर घेतलाय आणि सध्या तो सी. टी. ओ. त क्लार्क आहे, हे कुणाला खरंसुद्धा वाटणार नाही.

[इकडे न राहवून रोकडे जरासा हसतो.]

पोंक्षे : (नर्व्हस पडून त्याला) हसू नकोस रोकडे. काशीकरबाईंच्या अन्नावर नाही शिकलो मी. इंटर फेल असेन, पण बापाच्या पैशावरचा आहे. नॉन्सेन्स!

बेणारे : नॉन्सेन्स! (त्याच्याच सूर काढून हसत राहते.) तुम्हा मंडळींना मी एक गंमत सांगू का? अं? मी लहान होते तेव्हा अबोल होते. नुसतं पुष्कळ पुष्कळ ठरवत असायची मी– स्वत:शीच. कुणाला नाही सांगायची आणि काहीही झालं की मोठ्यांदा रडायची.

पोंक्षे : म्हणजे आता आहात त्याच्या अगदी विरुद्ध.

बेणारे : हो ना. तुम्हांला आहे ठाऊक सामंत–

सामंत : (एकदम) हो– म्हणजे नसेलसुद्धा– नसेलच...

बेणारे : माझ्या प्रत्येक पुस्तकाला छान कव्हरबिव्हर घालून मी शाळेच्या पहिल्या दिवशी पहिल्या पानावर खूप वळणदार, बारीक अक्षरांत फुलंबिलं काढून लिहून ठेवायची... द ग्रास इज ग्रीन– द रोज इज रेड– धिस बुक इज माइन– टिल आय ॲम डेड! टिल आय ॲम डेड... आणि पुढं काय झालं सांगा–

सामंत : काय झालं?

बेणारे : एकेक पुस्तक फाटून कुणास ठाऊक कुठं गेली आणि मी आहे. आय ॲम नॉट डेड! नॉट डेड! द ग्रास इज स्टिल ग्रीन, द रोज इज स्टिल रेड– बट आय ॲम नॉट डेड! (हसत सुटते.)

रोकडे : (लगेच पिशवीतून एक वही काढून आठवून लिहू लागतो.) छानच आहे– द ग्रास इज– ग्रीन– द रोज– इज– रेड.... आणि पुढं ते मधलं काय बेणारेबाई?

बेणारे : (असह्य चेहरा करून) रोकडे, ही सवय वाईट! मी वर्गात नेहमी पोरींना सांगते, अर्धवट ऐकलं की लगेच लिहून घेण्याची घाई करू नका. आधी ऐका, नीट स्वत:ला एकवटून ऐकून स्वत:च्या आत आत पोचवा. तेच टिकेल. रक्तात भिनतं तेच टिकतं. कोणी नाही ते काढू शकत– कोणी नाही विसर पाडू

शकत–

सामंत : आमचे गुरुजी असंच म्हणायचे. मनाचे श्लोक हे असेच शिकवले त्यांनी. म्हणजे रक्ताचं तेवढं नाही बोलले ते–

सुखात्मे : बेणारेबाई, बोला तुम्ही.

बेणारे : (एकदम फुलून) मी गोष्ट सांगू का? मुलांनो, बसा. एक होता लांडगा.

रोकडे : (एकदम बैठक मारून) बाई, होऊन जाऊ दे. बसा, सुखात्मेसाहेब. पोंक्षे, बैस.

[पोंक्षे नापसंतीच्या चेहऱ्याने बाहेर चालता होतो.]

बेणारे : नको. मी एक कविताच म्हणते.

आपले पाय चालत असतात एका अज्ञात संकटाची वाट,
लाटेमागे फुटत जाते आंधळी होऊन एकेक लाट.
पुन्हा पुन्हा उजळून मिसळतो प्रकाश काळोखात,
विझून विझून परत जळतात आपलेच हे मातीचे हात.
ठाऊक असते सारे काही, सारे काही दिसत असते.
वाहण्यासाठी जन्मलेली एक जखम इमानाने वहात असते.
अशी एखादी लढाई असते जिचा शेवट असतो फक्त पराभव,
वाया जाण्यासाठीच घ्यायचे असतात असे काही अनुभव...

(मध्येच ती कविताही टाकून) नको– मी एक गाणंच म्हणते– मालाडचा म्हातारा शेकोटीला आला– मालाडचा म्हातारा शेकोटीला आला, मालाडचा म्हातारा, म्हाताऱ्याची बायको, बायकोचं पोरगं, पोराची दाई, दाईचा पाव्हणा...

[सुखात्मे खुर्चीत. सामंत उत्सुक. बेणारे गाणे म्हणत असता सगळे तिला क्रमशः ताल देऊ लागतात. सुखात्मे आरतीसारख्या टाळ्या वाजवताहेत. प्रयोगशील नाटकवाला कर्णिक येतो. तोंडात पान.]

कर्णिक : (येऊन) बरोबर. मला वाटलं, चुकतो का काय. (या मंडळीकडे लक्ष जाऊन) काय झालं?

रोकडे : हॅ:! सगळा विरस झाला.

सुखात्मे : बेणारे गात होत्या. (पोकळ स्वरात) फार छान. फार गोड बेणारेबाई.

[बेणारे जीभ काढून दाखवते 'समजलं' अशा अर्थी; आणि हसत राहते. कर्णिक हॉल न्याहाळतो आहे. रोकडे उठून उभा.]

सुखात्मे : (वकिली स्वरात) मिस्टर कर्णिक, वन मिनिट! तुमच्या मनात या क्षणी काय आहे ते बरोबर सांगू? इंटिमेट थेटर ऊर्फ कमी प्रेक्षकांच्या त्या तुमच्या डोक्यावरून जाणाऱ्या नाटकांना बरा आहे हा हॉल! होय की नाही? सांगा.

कर्णिक : (शांतपणे विडा चघळीत मुद्दामच) नाही. मी मनाशी म्हणत होतो, एखाद्या खऱ्या कोर्टाला लाजवील असा आहे हा हॉल.

बेणारे : अय्या! म्हणजे छानच की! आजचं आपलं अभिरूप कोर्ट छान रंगेल! अगदी खऱ्यासारखं!

रोकडे : (सचिंत होत) पण काशीकरबाई कुठं मागं राहिल्या अजून?

कर्णिक : (विडा चघळीत) येताहेत. वाटेत मिस्टर काशीकर वेणी घेऊन देत होते म्हणून थांबली दोघं. पान घेऊन मी पुढं झालो. रोकडे, माइकच्या बॅटरीचा सेल व्यवस्थित आहे ना? हवा तर टेस्ट करून बघ. नाहीतर रात्री आयत्या वेळी बोंब! आयत्या वेळच्या गफलती होता कामा नयेत. पण त्या होतातच. गेल्या महिन्यात आमच्या शोत मध्येच फ्यूजच उडाला! मीच स्टेजवर होतो ना. कॅरॅक्टर लहान असलं म्हणून काय झालं? कसंबसं निभावून नेलं झालं.

रोकडे : साधं गणपति-उत्सवातलं तर नाटक होतं.

कर्णिक : पण मूड गेला.

बेणारे : (जांभई देऊन मिष्किलपणे) तुमच्या बोलण्यावर नव्हे हं ही, कर्णिक. काय आहे की सकाळी लौकर उठावं लागतं ना रोज? मॉर्निंग शिफ्ट आणि पुन्हा आफ्टरनून शिफ्ट. त्यात संध्याकाळची शिकवणी. बाकी मिस्टर अँड मिसेस काशीकरांबद्दल एक कुणाच्या लक्षात आलंय?

रोकडे : (एकदम स्वत:च्याही नकळत अनावरपणे) काय?

पोंक्षे : (बाहेरून आत येत) येस, व्हॉट?

सुखात्मे : मी सांगतो. पण नकोच. तुम्हीच सांगा पाहू बाई आधी– आं? लेट मी सी– कमॉन– आऊट वुइथ इट–

बेणारे : काहीच समजलेलं नाही तुम्हांला सुखात्मे. उगीच जाणतेपणाचा मोफतचा वकिली आव नका आणू. आपले काशीकर सोशल वर्कर असले आणि मिसेस काशीकर अगदीच ह्या– म्हणजे कमी शिकलेल्या वगैरे– अर्थात त्याचा माणसाच्या शहाणपणाशी काही संबंध असतो असं मलासुद्धा वाटत नाही, पण– कमी शिकलेल्या असल्या ना मिसेस काशीकर, तरी दोघं फारच हौशी आहेत. म्हणजे मिस्टर काशीकर मिसेस काशीकरांना वेणी घेतील. मिसेस काशीकर मिस्टर काशीकरांसाठी रेडीमेड बुशशर्ट खरेदी करतील– म्हणजे पाहून कसं बरं वाटतं.

[कर्णिक मागली एक खिडकी उघडून तिच्यावाटे बाहेर तोंड मोकळे करून येतो.]

कर्णिक : मला तरी या असल्या फॉर्मॅलिटीज कुणा नवराबायकोत दिसल्या की आड काहीतरी वेगळं असेल असा सस्पेन्स येतो.

रोकडे : (जरा रागानेच) नवनाट्याचा परिणाम!

कर्णिक : कळत नाही त्यात तोंड घालू नको, रोकडे. तू अजून बच्चा आहेस. कॉलेजचा अभ्यास कर सध्या. माझ्यापुरतं सांगतो, मी बायकोला कधीही वेणी-गजरा घेत नाही. म्हणजे वाटलं तरी टाळतो.

[बेणारे च्यक च्यक करून चुकचुकते.]

काय झालं?

बेणारे : मी तुमच्या जागी असते, तर माझ्या बायकोला मी रोज गजरा नेला असता.

सुखात्मे : मग एकदा लौकर नवऱ्याला बुशशर्ट तरी नेऊ लागा मिस बेणारे! आय वंडर, कसा असेल तो महाभाग? तुमच्यासारखा अल्लड असला तर प्रश्नच संप–

बेणारे : जाऊ द्या ते. (एकदम शोधून सामंतला) काय तुमचं नाव, इथं थोड्या खुर्च्या नाही का हो मिळू शकणार?

सामंत : खुर्च्या? माझं नाव ना, सामंत. (जागचा उठून इकडेतिकडे पाहत.) बघतो. मला तरी काय ठाऊक– (शोधत आत जातो.)

पोंक्षे : आत आहेत– घडीच्या खुर्च्या. चहा हवा होता.

सुखात्मे : आम्ही स्टेशनवर घेतला तेव्हा तुम्ही नको म्हणालात. ('आता बसा!' हा सूर.)

पोंक्षे : गॉश! पण मला तेव्हा नको होता. तुम्हा लोकांचं आगाऊ सर्व घेऊन ठेवणं, करून ठेवणं मला मान्य नाही. हे काय लाइफ आहे? या सायन्स-एजमध्ये आयत्या वेळी, बसल्या जागी सर्व मिळण्यात गंमत आहे. (चुटकी वाजवून) लाइक धिस!

[सामंत दोन हातांत राहतील तेवढ्या घडीच्या खुर्च्या घेऊन आतील खोलीच्या दारात येऊन उभा.]

सामंत : (त्या हॉलमध्ये ठेवून) आणखी हव्या तर आहेत. आत.

[खुर्च्या फटाफट उघडून सगळे जमेल तिथे बसतात. एकमेकांत बोलणे. पोंक्षे पाइपच्या रुबाबात उभाच राहतो.]

सामंत : (पोंक्षेला, त्याच्या साहेबी अवताराने दबून) बसा ना, सर.

पोंक्षे : आं? ('सर'ने सुखावून) नो, थँक यू. ट्रेनमध्ये बसूनच होतो ना. काय तुमचं नाव?

सामंत : सामंत. इथलाच आहे मी, सर.

पोंक्षे : गुड! चहाची काही सोय होईल का हो इथं?

सामंत : चहाची ना? होईल सर. पण साखरेचा प्रश्न येणार. साखर सध्या मिळत नाही ना. गुळाचा चालत असेल तर–

पोंक्षे : नो. चहात गूळ पॉइजनस आहे हे तुम्हांला बहुधा ठाऊक नसावं मिस्टर सामंत.

सामंत : आमच्या घरी आम्ही मोठी माणसं सर्रास तोच घेतो. एरवी भावाच्या पोरांना रेशनवर मिळणारी साखर पुरत नाही. साखरेशिवाय चहाच घेत नाहीत ती. मग काय करणार!

पोंक्षे : (पाइप तोंडात ठेवून सायंटिस्टसारखा) हूं!

बेणारे : (असते तिथून अनावरपणे त्याला खिजवीत त्याच्याप्रमाणे) हूं! एक होता हूं आणि एक होती ऊंहूं.

पोंक्षे : बाई पुरे. पोरकटपणा किती कराल?

[सामंत उभाच आहे. श्री. व सौ. काशीकर येऊन पोचतात.]

सौ. काशीकर : (डोक्यातील वेणी अभावितपणे चाचपीत) हे बघा. आहेत की इथंच सगळे.

सुखात्मे : या काशीकर. कसा झाला वेणी-प्रोग्रॅम?

[बेणारे सामंताला ती दोघे खुणेनं दर्शविते.]

रोकडे : (पुढे होऊन) हो ना.

सौ. काशीकर : सर्व सामान व्यवस्थित आणलंस ना बाळू?

रोकडे : अगदी.

काशीकर : सर्व सामान आलं असं दर वेळी म्हणून काहीतरी विसरतोस तू रोकडे. चोपदाराचा दंड आहे? नुसता मान हलवू नको, दाखव आहे तर. बघू.

रोकडे : (काढून दाखवीत) हा पाहा. (केविलवाणा) ड्रेससुद्धा आहे. कधीतरीच विसरतो; नेहमी नव्हे काही.

काशीकर : नेहमीचं असो. आज आहे ना सर्व व्यवस्थित? नाहीतर करशील गोंधळ. माझा विग? जज्जचा? आणलास?

रोकडे : हो. तो तर आधी घेतला.

(रोकडे वाढता केविलवाणा. चिडचिडलेला.)

काशीकर : तुम्ही सुखात्मे, वकिलाचा झगा आणलाय ना?

सुखात्मे : (वाकून, कोर्ट पद्धतीने) येस, युअर ऑनर. तो मी स्वप्नातसुद्धा विसरत नाही! तुमचं काय पोंक्षे?

पोंक्षे : वेल! मी सगळा तयारच येतो. काही राहायला नको. त्यात माझे जरासं नर्व्हस टेंपरामेंट आहे ना? पाइप नसला तर विटनेस-बॉक्समध्ये काही आठवतच नाही मला.

सौ. काशीकर : आज आधी जरा म्हणून घेईन हो मी तुमचं.

पोंक्षे : तशी जरूर नाही काही.

सौ. काशीकर : काय ग बेणारे– (अंबाड्याची वेणी चाचपीत) तुला वेणी

घेणार होते बघ मी–

बेणारे : (पोंक्षेचा सूर) हूं!

[पोंक्षे आता रागारागाने ओठ चावतो.]

सौ. काशीकर : नाही का हो? (हे श्री. काशीकरांना) पण काय झालं की–

बेणारे : (मनापासून हसत) वेणी उडून गेली– भुर्रर्र! की काऊनं नेली? मला मुळी नकोच असते. नाहीतर मला काय घेण्याची ऐपत नाही? स्वत: तर कमावते! म्हणूनच वेणीबिणी घ्यावी असं कधी वाटतच नाही मला.

[बेणारे सौ. काशीकरांनी आणलेले वडे सर्वांना देते.]

सौ. काशीकर : बरं, शाळा काय म्हणतेय तुझी?

बेणारे : (सावधपणे) काही नाही म्हणत.

काशीकर : मी म्हणतो, आपण जज्जची सीट या बाजूला करू या, की या?

कर्णिक : अर्थात याच. एंट्रन्स तिकडे आहे. ती शेजारची रूम जज्जची म्हणूनच वापरता येईल. यू कॅन एंटर फ्रॉम देअर. प्रेसिडेंट जॉन्सन या इथं असा उभा राहील.

सामंत : (एकदम नवलाने) प्रेसिडेंट जॉन्सन!

काशीकर : नको नको. जॉन्सनचा पिंजरा तो तसा तिकडेच ठेवला पाहिजे. म्हणजे जज्ज म्हणून मला बोलताना–

कर्णिक : मला पटत नाही. प्रेक्षकांच्या दृष्टीतून पाहायचं तर तो या इथं हवा–

सुखात्मे : मिस्टर कर्णिक, प्रेक्षकांच्या दृष्टीतनं पाहण्याबद्दल प्रॉसिक्यूट करीन मी तुम्हांला. तुम्ही नवनाट्यवाले आहात! (वकिली हास्य.)

कर्णिक : पुन्हा तेच! हे नवनाट्य म्हणजे काय ते कुणी मला सांगेल काय? माहीत नसता नुसते शब्द वापरले जातात. आम्ही आम्हांला पटतं ते करतो– मग ते जुनं की नवं हा प्रश्न नाही.

[चर्चा सुरू होते.]

सामंत : (रोकडेला गाठून) प्रेसिडेंट जॉन्सनची काय भानगड?

रोकडे : (स्वत:च्याच विचारात. दचकून) कुणाची?

सामंत : नाही, प्रेसिडेंट जॉन्सन की काय म्हणाले ते आत्ता–

रोकडे : ते होय!

सामंत : म्हणजे खरंच प्रेसिडेंट जॉन्सन इथं– नसतील म्हणा, पण– म्हणजे काय असतं हे?

रोकडे : खरे कुठले? तो हा कर्णिकच होतो.
[आपल्या एकेरी उल्लेखाचा राग काढण्यासाठी कर्णिकचा हा एकेरी उल्लेख.]

सामंत : प्रेसिडेंट जॉन्सन!

रोकडे : (एकदम लक्षात येऊन सौ. काशीकरांना गाठून) बाई, पण प्रोफेसर दामले अजून आले नाहीत.
[सौ. काशीकरांशी बोलणारी बेणारे इथे एकदम स्तब्ध, निश्चल होते. मग जाते ती चुकून पोंक्षेकडे. त्याच्याशी बोलत राहते खोटेखोटे. तो मख्ख.]

सौ. काशीकर : अरे, नेहमीप्रमाणं उशिरा येतील ते. आपली गाडी त्यांना जमणार नाही असं फोनवर म्हणाले होते हो मला ते. युनिव्हर्सिटीत सिंपोजिअम का काहीतरी होतं वाटतं त्यांना. मी दोनदा सांगितलंय त्यांना. बेणारे, तुला भेटले होते का ग?

बेणारे : (पोंक्षेशी काही बोलताना) कोण?

सौ. काशीकर : प्रोफेसर दामले?

बेणारे : नाही बाई.
[पुन्हा पोंक्षेशी बोलू लागते. तो मख्ख. काहीही रिस्पॉन्स देत नाही.]

रोकडे : (सामंतला विचारून सौ. काशीकरांना) पण बाई, आता गाडी आहे ती एकदम रात्री नऊला पोचते असं हा सामंत म्हणतो. ती कशी चालेल? लेट होईल ना!

पोंक्षे : (मध्येच) त्या तुमच्या मैत्रिणीचं पुढं काय झालं बाई? ती–

संकटात असलेली– माझ्याशी लग्न करण्यासाठी तुम्ही शोधली होतीत ती–

[बेणारे गोंधळलेली. गडबडीने सामंतकडे जाते.]

सौ. काशीकर : मध्ये गाडी होती ना? (काशीकरांना) अहो, मध्ये गाडीच नाही म्हणतो हा बाळू.

काशीकर : (कर्णिकांशी वाद घालताना थांबून) कशाच्या मध्ये?

रोकडे : (त्यांना) म्हणजे कार्यक्रमाच्या आधी गाडी नाही, असं हा सामंत म्हणतो.

सुखात्मे : संपल्यावर आहे ना? मग झालं तर!

काशीकर : अहो पण सुखात्मे, प्रोफेसर दामले पोचणार कसे? ते लेट येणार, आले तर! मध्ये गाडीच नाही ना.

कर्णिक : मग ते येणारच नाहीत. मी सांगतो. प्रोफेसर दामले तसे हिशेबी आहेत. लेट होणार म्हटलं की ते बेतच रद्द करून घरी आरामात बसणार.

रोकडे : [याला टेन्शन.] बाई, तरी मी नेहमीसारखं कार्ड टाकलं होतं हां त्यांना– सर्वांना टाकली तेव्हाच– म्हणजे माझा काही दोष नाही– पत्तासुद्धा बरोबर लिहिला होता–

काशीकर : हे एक लचांडच आलं!

सुखात्मे : त्यात काय मोठं! तुम्ही काही फिकीर करू नका.

काशीकर : कशी करू नको? वुई ओ समथिंग टु द पीपल, सुखात्मे– कार्यक्रम म्हणजे थट्टा नव्हे.

पोंक्षे : (तिथे येत) काय झालं?

सौ. काशीकर : (सुखात्म्यांना) अहो, पण मग आता आरोपीचा वकील म्हणून–

सुखात्मे : डोंट वरी. आजच्यापुरतं मी सरकारी वकिलाच्या कामाबरोबर तेही काम करीन. त्यात काय एवढं! हाडाचा वकील आहे मी. उणीव भासू देत नाही. काळजी करू नका– मी सांगतो तुम्हांला काशीकर– माझ्यावर सोपवा.

कर्णिक : मी म्हणतो, ते जास्त ड्रॅमॅटिक होईल!

पोंक्षे : नक्कीच. (पाइपचा भारदस्त झुरका.)

बेणारे : नक्कीच.

[पोंक्षे रागाने बघू लागतो.]

रोकडे : (एक कागद समोर धरून त्यात पाहून) आणि चौथा साक्षीदार सुखात्मेसाहेब, तो पण कमी आहे. रावते फ्लूनं सीक पडले ना– इथलाच घ्यायचा असं ठरलं होतं आपलं... (सौ. काशीकरांकडे पाहून सुधारत) म्हणजे तुमचं.

सुखात्मे : टू. इथला म्हणजे–

रोकडे : (धीर करून) मी करू का आज ते काम? थोडकंच आहे– माझं कुणीही करील– मला लायनी पाठ आहेत चौथ्या साक्षीदाराच्या–

कर्णिक : आय अपोज! चोपदार झाला तरी कॅरॅक्टर सोपं नव्हे ते. लायनी नसल्या म्हणून काय झालं? उगीच कुणाला तरी आयत्या वेळी उभं करून ते जमणार नाही. रोकडे, तूच कर ते–

रोकडे : पण एक दिवस मी ते दुसरं केलं तर...

काशीकर : नको.

सौ. काशीकर : बाळू, नको म्हणतात तर नको. (रोकडे मागे होतो.) पण मग कोण होणार चौथा साक्षीदार?

सुखात्मे : (सामंतला न्याहाळीत) आय नो! (एकदम) हा पाहा चौथा साक्षीदार! (निर्देश) सामंत!

सामंत : (गडबडून) काय झालं?

पोंक्षे : (पाइप फुंकीत) नॉट बॅड.

काशीकर : (सामंतला) काय हो, तुम्ही कधी नाटकाबिटकात कामं केलीत का?

सामंत : छे! कधीच नाहीत. का? काय झालं पण?

सौ. काशीकर : तुम्ही चौथा साक्षीदार व्हाल का बोला? ए बेणारे– (ती येते.)

हे चौथा साक्षीदार म्हणून कसे वाटतात ग तुला?

बेणारे : हे ना? नॉट बॅड– म्हणजे सुंदर वाटतात.
[सामंत संकोचलेला. बेणारे हसत राहते.]
साक्षीदार म्हणून म्हणते मी. चौथा साक्षीदार.

सुखात्मे : मिसेस काशीकर, कर्णिक, पोंक्षे, डोंट वरी. मी जबाबदारी घेतली. आहे काय त्यात! मी तयार करीन. मिस्टर– कोण तुम्ही–

सामंत : रघू सामंत.

सुखात्मे : मिस्टर सामंत, आजच्या आमच्या अभिरूप न्यायालयात तुम्हांला आम्ही चौथे साक्षीदार केलं आहे.

सामंत : (गांगरून, थरारून) पण मला खरंच काही ठाऊक नाही.

सौ. काशीकर : कोर्ट पाहिलंय ना तुम्ही?

सामंत : जन्मात नाही.

कर्णिक : नाटक तरी?

सामंत : छट्! तसलं नाटक इथं आलेलंच नाही.

सुखात्मे : नाटकातलं कोर्ट त्यांनी पाहिलेलं नाही हे बरं आहे. म्हणजे निदान कोर्टाविषयी चुकीच्या कल्पना तरी नाहीत!

कर्णिक : काही नाटकांपुरतं असं म्हणा तुम्ही.

सुखात्मे : मिस्टर सामंत, मी तुम्हांला कार्यक्रमाआधी चोख तयार करतो. साक्षीदार पढवणं वकिलाला कुणी शिकवायला नको!
[हः हः करून वकिली हसतात.]

सामंत : पण मला कसलीच सवय नाही. त्यात कोर्ट म्हटलं की धास्तीच वाटते.

सौ. काशीकर : मी काय म्हणते, आपण एक तालीम त्यांना घेऊन करू या ना. (काशीकरांना) काय हो? (त्यांचे दुर्लक्ष, म्हणून) काय ग बेणारे?

बेणारे : हो. माझी कशालाच हरकत नाही. नाहीतरी रात्री कार्यक्रम सुरू होईपर्यंत काय करायचं हा प्रश्न आहे की. त्यात आज निघताना वाचायला एखादं पुस्तक बरोबर घ्यायला विसरले.

सामंत : माझ्याकडे आहे हवी तर सूर्यकांत फातरफेकर यांची नवी

एकशेपाचावी कादंबरी. (काढून पुढे करतो.) फारच छान असतात त्यांच्या कादंबऱ्या.

बेणारे : नको.

सुखात्मे : शपथेसाठी बायबल आणि भगवद्गीता आहेत की आपल्याकडे-वाचायला हवं म्हणता म्हणून म्हणतो हां. काय रे रोकडे, घेतलीस ना बायबल आणि गीता? का विसरलास?

रोकडे : (व्यथित सूर) नाही. आहेत. दाखवतो हवी तर.
[पिशव्यांकडे जातो. पण दाखवीत नाही.]

बेणारे : तसलं वाचायचं वय नाही झालं माझं अद्याप, वकीलसाहेब.

काशीकर : मग 'रम्यकथा' का काय ती तसली मासिकं वाचत असाल तुम्हीही वाचते म्हणून विचारतो– मजेशीर असतात बाकी ती-आमच्या सोशल वर्कमध्ये चित्रं पाहण्यापलीकडं काही जमत नाही म्हणा आम्हांला.

सौ. काशीकर : इश्श्य!

काशीकर : (तापून) इश्श्य करायला काय झालं? काय खोटं बोलतो आहे मी?
[सौ. काशीकरांचा चेहरा पडतो.]

कर्णिक : रिहर्सलची कल्पना मला एकदम मान्य. फक्त कुणी सिग्रेटची चारपाच पाकिटं घेऊन या म्हणजे झालं. म्हणजे पुन्हा मध्ये बाहेर जायला नको.

पोंक्षे : (पाइप फुंकीत) आय डोंट माईंड.

सामंत : (रोकडेला) मग हरकत नाही. आधी सगळं पाहिलेलं असलं म्हणजे प्रश्न नाही. मग भीड चेपेल. काय?
[रोकडेचा रिस्पॉन्स नाही.]

बेणारे : मी सांगू का, आपण रात्रीचा अण्वस्त्रांचा खटला गेल्या तीन महिन्यांत सातव्यांदा केलाय. आज रात्री आठव्यांदा. आणखी एकदा आधी तेच करण्याबद्दल एरवी माझं काही म्हणणं नाही. पण रात्रीचा मुख्य कार्यक्रम पडेल.

सुखात्मे : आय ॲग्री वुइथ मिस बेणारे. मी एक कल्पना सांगतो. पाहा

पटते का. आमच्या बाररूममध्ये कधीमधी मोकळे असलो की आम्ही वकील रमी, पेशन्स, नाहीतर एक खेळ खेळतो. जस्ट टाइमपास, दॅटस् ऑल. एक वेगळाच काल्पनिक खटला कुणावर तरी तयार करायचा. काय? तसं करू. काल्पनिक खटला चालवू. म्हणजे या सामंतांना कोर्टाचं कामकाज कळेल आणि आपला सर्वांचा वेळ पण चांगला जाईल. काय मिस्टर काशीकर? आहे तुमचं सँक्शन?

काशीकर : ठीक आहे. सार्वजनिक क्षेत्रात वावरणाऱ्याला भलते आग्रह धरून चालत नाही. समष्टीबरोबर राहूनच काय ते केलं पाहिजे.

कर्णिक : (थरारून जात) थ्री चिअर्स फॉर धिस न्यू आयडिया! आमच्या ड्रामा टेक्निकमध्ये याला व्हिजुअल एनॅक्टमेंट असं म्हणतात. सरकारी नाट्य शिबिरात गेल्या वर्षी जाऊन बसत होतो तेव्हा ऐकलं ना हे.

सुखात्मे : साध्या गोष्टींना अवघड नाव कशाला कर्णिक? हा एक खेळ आहे. काय मिस बेणारे?

बेणारे : मी लंगडीदेखील घालायला तयार आहे. खेळांचं म्हणता म्हणून सांगते. खेळ चांगलेच असतात. मी तर पोरींच्यात एकेकदा खुशाल खेळते. मजा येते.

पोंक्षे : ऑल राइट. वुई प्ले. मिस्टर सामंत, नाक्यावरून प्लीज सिग्रेटची पाकिटं घेऊन येता का तेवढी? मला कॅप्स्टन अं. हे घ्या. (पैसे देतो.)

सौ. काशीकर : तुम्ही कशाला देता पोंक्षे? सामंत, ते परत द्या त्यांना. मी म्हणते, हा कार्यक्रमाचा खर्च म्हणूनच आपण दाखवू म्हणजे झालं. नाहीतरी सामंतांना दाखवायचं आहे ना कार्यक्रमासाठी आपल्याला कोर्ट? मग झालं तर? सामंत– (पर्स उघडून नोट काढून) घ्या ही. सर्वांना कसली हवीत ती पाकिटं घेऊन या अर्धा डझन यातून आणि विडे पण आणा तीनचार. मसालाविडे हो.

[सगळे त्याला ऑर्डर्स देतात. सुखात्मे हिरवा धागा तोकड्या विड्यांची ऑर्डर देतात.]

सामंत : हो. (पैशासकट सुटतो. परत येऊन) सुरू करू नका हां. हा मी आलोच– (जातो.)

बेणारे : बिचारा! मी आले.

[बास्केटमधून नॅपकिन, साबणाची वडी काढून उठते. गुणगुणत आत जाते.]

सौ. काशीकर : बाळू, जरा तेवढं कोर्ट मांड बरं.

[तो कामाला लागतो.]

कर्णिक : ए पोंक्षे. इकडे ये असा जरा. (सुखात्मे आणि इतरांना) कास्ट रात्रीचाच का? म्हणजे जज्ज, वकील वगैरे–

सुखात्मे : ओ यस, बाय ऑल मीन्स. त्यात बदल कशाला? वकील मीच होतो.

सौ. काशीकर : पण मी म्हणते की, आरोपी तरी जरा वेगळा असू दे. काय हो कर्णिक?

कर्णिक : नको. त्याची जरूर नाही. (बाजूला आलेल्या पोंक्षेला) यू नो वन थिंग पोंक्षे?

पोंक्षे : व्हॉट?

कर्णिक : (आतली खोली दाखवून) तिच्याबद्दल? मिस बेणारेबद्दल? रोकडे टोल्ड मी.

पोंक्षे : व्हॉट?

कर्णिक : आता नको. रात्री प्रोग्रॅमनंतर आठवण कर.

पोंक्षे : मीही काही सांगणार आहे. मिस बेणारेबद्दल. (इतरांना) मला विचाराल तर केलेला बरा. वेगळा आरोपी.

काशीकर : तेवढाच रुचिपालट असं मी म्हणेन.

सौ. काशीकर : तेच.

काशीकर : तेच काय? तुमचं घोडं जरा आवरा. काही बोलायची सोय नाही. (सौ. काशीकर गप्प.)

सुखात्मे : आय डोंट माइंड. आरोपी मला वाटतं– व्हाय नॉट रोकडे

म्हणतो मी?

[रोकडे सुखावतो, जागच्या जागी.]

रोकडे : हो, आहे की तयार.–

पोंक्षे : छ्या:! (कर्णिकला) मी पण सांगेन– तिच्याबद्दल.

कर्णिक : आरोपी मी होतो.

काशीकर : मी म्हणतो, करून करायचा तर उगीच थट्टामस्करीचा थिल्लर मामला नको. आरोपी मी होतो सुखात्मे, मला आरोपी करा.

कर्णिक : म्हणजे महत्त्व काय ते यांना! जज्ज हेच, आरोपी हेच–

पोंक्षे : (पाइप फुंकीत) कन्सिडर मी देन, आपला आग्रह नाही. पण चालत असेल तर आय ॲम गेम.

रोकडे : (सौ. काशीकरांना) पण मी काय वाईट आहे बाई?

सौ. काशीकर : मी होऊ का? होते हवी तर.

काशीकर : नको!

[सौ. काशीकर गप्प.]

जरा चारचौघांत यायला मिळालं की पुढंपुढं करायच– पुढंपुढं करायचं–

सौ. काशीकर : (संकोचून) पुरे. मी नाहीच होत. मग झालं? (हिरमुसलेल्या)

सुखात्मे : तुमचं कुणाचंच नको. काशीकर आरोपी अगदी वेगळाच करू म्हणजे झालं. काय? आपल्या मिस बेणारे आरोपी. काय पोंक्षे, कसा आहे चॉइस?

पोंक्षे : ठीक आहे.

सुखात्मे : म्हणजे उगीच वाद नको. काय काशीकरबाई?

सौ. काशीकर : तुम्ही म्हणता तर चालेल. नाही तरी बाईवरचा खटला तरी कसा असतो ते बघायला मिळेल! (सवयीने श्री. काशीकरांना) नाही का हो? बघितलेलं असावं–

काशीकर : (उपरोधाने) तर! जणू सुप्रीम कोर्टात जज्जच करणार आहेत तुम्हांला!

सौ. काशीकर : तसं नाही म्हटलं मी.

सुखात्मे : खटल्यात फारसा असा फरक नसतो. पण बाई आरोपीच्या

पिंजऱ्यात म्हटली की खटल्याला एक वेगळाच रंग येतो एवढं खरं. असा आपला अनुभव आहे. काय मिस्टर कर्णिक?

कर्णिक : ठीक आहे. टीमबाहेर नाही मी. टीम-स्पिरीट मी मानतो.

सौ. काशीकर : मग ठरलं तर. आताची आरोपी आपली बेणारे. पण आरोप कुठला?

काशीकर : काहीतरी सामाजिक महत्त्वाचा आरोप असावा.

पोंक्षे : ठीक आहे. (उठून) श्शू! आपण एक करू या का? सगळे इकडे या. कमॉन या.

[त्यांना काही प्लॅन सांगतो. खाणाखुणांनी. मधूनमधून बेणारे आत गेली आहे त्या खोलीकडे निर्देश करून.]

काशीकर : रोकडे, अजून कोर्ट अॅरेंज झालं नाही पुरतं?

रोकडे : झालंच. (घाई केल्यासारखे दाखवतो.)

कर्णिक : तरी मी तुम्हांला ग्राउंड प्लॅन काढून दिला होता रोकडे, कुठं कोणती प्रॉपर्टी त्याचा.

रोकडे : (रागानेच) मला ते तुमचं नाटकातलं समजत नाही. सवय नाही मला त्याची.

[सगळे कोर्टाच्या पद्धतीने फर्निचर मांडतात. पोंक्षे यात पुढे. काशीकर देखरेख करतात. पोंक्षेंच्या सूचनेने बेणारेची पर्स व्यासपीठावरील सामानातून उचलून रोकडे ती डावीकडील एका स्टुलावर नेऊन ठेवतो. नंतर मांडामांड संपते. पोंक्षे आणि काशीकर आतील खोलीच्या दाराशी जाऊन उभे राहतात. बाकी सर्व डाव्या विंगमध्ये जातात.]

काशीकर : (विंगमध्ये जाणाऱ्यांना) मी खूण करतो.

[आता बेणारे नॅपकिनने तोंड पुसत, गुणगुणत येते. ती फ्रेश.]

बेणारे : (उजव्या बाजूकडील व्यासपीठावर ठेवलेल्या सामानापैकी आपल्या बास्केटमध्ये नॅपकिन, साबण वगैरे ठेवीत असता गुणगुणते.)

चिमणीला मग पोपट बोले :
कां ग तुझे डोळे ओले?
काय सांगू बाबा तुला–
माझा घरटा कोणी नेला...
चिव चिव रे, चिव चिव...

पोंक्षे : (आतील खोलीच्या दाराकडून व्यासपीठावर येऊन बेणारेपुढे उभा आहे.) मिस लीला बेणारे, एका अत्यंत गंभीर स्वरूपाच्या आरोपावरून तुम्हांला अटक करण्यात आली असून आरोपी म्हणून तुम्हांला कोर्टात उभं करण्यात येत आहे.

[ती उभ्या जागी ताठरते. सुन्न होऊन पाहते. तो तिच्याकडेच पाहतो आहे. कंगवा ठेवण्यासाठी मनी-पर्स शोधीत ती डाव्या विंगकडे जाते. स्टुलावरची मनी-पर्स उचलते.

एव्हाना काशीकर व्यासपीठावरील न्यायाधीशाच्या खुर्चीवर अवसान घेऊन बसतात. डाव्या विंगेतील इतरांना खूण करतात. कर्णिक आणि रोकडे मुकाट्याने आरोपीचा लाकडी पिंजरा आणून बेणारेभोवती मांडतात. सुखात्मे वकिलाचा काळा गाऊन चढवीत डाव्या विंगेतून येतात, वकिलासाठी मांडलेल्या टेबलालगतच्या खुर्चीत बसतात. इतर आपापल्या जागी.

दारात सामंत आलेला.]

काशीकर : (घसा खाकरून) आरोपी मिस बेणारे, इंडियन पीनल कोडच्या ३०२ कलमाखाली तुमच्यावर भ्रूणहत्येचा आरोप ठेवण्यात आलेला आहे. सदरहू आरोप तुम्हांस मान्य आहे की अमान्य?

[बेणारे सुन्न. सगळे क्षणभर स्तब्ध. वातावरण विलक्षण गंभीर.].

अंक दुसरा

[तेच दालन. पहिला अंक संपतो तीच परिस्थिती या अंकाच्या आरंभी.]

काशीकर : (टेबलाशी न्यायाधीशाच्या वजनाने बसलेले.) आरोपी मिस बेणारे, इंडियन पीनल कोडच्या ३०२ कलमाखाली तुमच्यावर भ्रूणहत्येचा आरोप ठेवण्यात आलेला आहे. सदरहू आरोप तुम्हांस मान्य आहे की अमान्य?
[वातावरण विलक्षण गंभीर. मिस बेणारे खुर्चीच्या आधारे सुन्न उभी.]

सामंत : (दारापाशीच येऊन उभा. आता हलक्या सुरात कर्णिकला) ही घ्या. मसाला-पानं नि सिग्रेट पाकिटं.
[याने एकदम गांभीर्य ओसरते.]

सौ. काशीकर : मला मसाला-पान.

कर्णिक : मला विल्स पाकीट.

पोंक्षे : सामंत, स्पेशल पान इकडे.

सुखात्मे : एक पान, एक हिरवा धागा तोकडी विडी. तुम्हांला काशीकर?

काशीकर : मसाला पान.
[रोकडे सामंतकडचे पान घेऊन काशीकरांना देतो.]

रोकडे : (काशीकरांना आदबीने) कात काढून टाकला आहे.

सुखात्मे : (एक पान बेणारेंपुढे करून) हॅव इट, बाई.

बेणारे : (खुर्चीत बसलेली) अं? ओ-पण नको. थँक यू.

सुखात्मे : बाई, एकदम एवढ्या गंभीर का झालात? आफ्टर ऑल, धिस इज जस्ट अ गेम. एक खेळ आहे हा बास! एवढ्या सीरियस कशाला होताय?

बेणारे : (हसण्याचा प्रयत्न करीत) कोण होतंय? मी तर अगदी– लाइट आहे. कोर्टाचं 'ॲटमॉस्फिअर' आणण्यासाठी जरा सीरियस झाले, एवढंच. या असल्या खटल्याची मला कशाला भीती वाटेल?

सामंत : (कर्णिकने दिलेली एक सिग्रेट शिलगावून कर्णिकला) आताची ती काय गंमत होती नक्की?

कर्णिक : (झुरका मारून) कसली गंमत?

सामंत : नाही, कसला तरी आरोप म्हणाले ते-– काशीकरसाहेब– पण काही नीटसं लक्षात आलं नाही.

कर्णिक : आरोप ना? भ्रूणहत्येचा.

सामंत : बरोबर. पण म्हणजे कसला? मला काहीच माहिती नाही. म्हणून विचारतो. आम्ही अडाणी माणसं.

सुखात्मे : नुकतंच जन्मलेलं मूल मारल्याचा आरोप.

सामंत : बाप रे! फारच भयंकर आरोप! आमच्या गावात एक्झॅक्टली असंच झालं होतं– झालं त्याला आता दीडएक वर्ष– बिचारी विधवा होती.

सुखात्मे : असं का? वकील कोण दिला होता? काशीकर, आरोप पण आरोप ठेवलात तुम्ही. ए वन आरोप! काहीतरी दणदणीत आरोप असल्याशिवाय खटल्याला गंमत नाही.

काशीकर : शिवाय सामाजिकदृष्ट्या या आरोपाला महत्व आहे हे लक्षात आलं का तुमच्या सुखात्मे? भ्रूणहत्येचा प्रश्न तसा सामाजिक महत्त्वाचाच आहे. मी मुद्दाम यासाठी हा आरोप निवडला. समाजहिताचा विचार आमचा तसा प्रत्येक गोष्टीत दिसल्याशिवाय राहायचाच नाही. बेणारेबाई, नाउ कम ऑन. रोकडे, माझा

हातोडा?

[रोकडे हातोडा गडबडीने आणून ठेवतो.]

आत्ता नसता तरी चालणार होतं; पण तू आणलास का ते पाहिलं. (हातोडा आपटीत) नाउ टु बिझनेस. चला, सुखात्मे. स्टार्ट करा. अधिकस्य अधिकं फलम्. आधी माझं कानकोरणं– (खिशातून शोधून जवळ ठेवतात.)

सुखात्मे : (रुबाबात झगा हलवीत, पान चघळीत) मिलॉर्ड, कोर्टाचं पुढील कामकाज सुरळीत चालण्याच्या दृष्टीनं संबंधित सर्वांना तोंडातली पानाची पिंक थुंकता यावी म्हणून कोर्टाला आरंभीच पाव मिनिटं रजा देण्यात यावी अशी नम्र विनंती मी न्यायासनाला करतो.

काशीकर : (न्यायमूर्तीच्या भारदस्तपणे पानाचे खुसपट जिभेबाहेर उडवीत) या बाबतीत आरोपीच्या वकिलांची बाजू त्यांनी कोर्टासमोर मांडावी.

सुखात्मे : (लगेच उठून आरोपीचा वकील होत) मिलॉर्ड, सरकारी वकिलांच्या सूचनेला आमचा सक्त विरोध आहे. पानाची पिंक थुंकण्याला वस्तुतः दहाच सेकंद पुरेसे असताना सरकारी वकील पाव मिनिट मागतात यात त्यांचं माझ्या अशिलाला घातक आणि उपद्रवकारक असं काळकाढूपणाचं धोरण स्पष्ट आणि सरळ दिसतं. म्हणून माझ्या अशिलाचं म्हणणं असं की, फक्त दहाच सेकंद कोर्ट तहकूब ठेवावं.

बेणारे : (न राहवून) हो. नाहीतर नको. साडेनऊच सेकंद.

काशीकर : बेणारेबाई, कोर्टात आरोपीनं मध्येमध्ये बोलायचं नसतं. त्या सामंतांचं ठीक. पण कोर्टाच्या एटिकेट्स् तुम्हांलाही नव्यानं समजावून सांगाव्या लागाव्यात. (कर्णिकला बोलावून गंभीरपणे) क्लार्क ऑफ द कोर्ट, उपस्थित करण्यात आलेल्या मुद्याच्या बाबतीत कोर्टाची पूर्वपरंपरा काय आहे ती जरा नजरेस आणा.

कर्णिक : (तोंडातली सिग्रेट काढून, भरपूर धूर सोडून) पान खाऊन कामकाज चालवण्याचा कोर्टाचा सर्वसाधारण प्रघातच नसल्याने

या बाबतीत परंपरा निर्माण झालेली आहे असं वाटत नाही. त्यातही न्यायमूर्तींनी कोर्टात पान खाण्याचा प्रसंग हा पहिला आणि एकप्रकारे अभूतपूर्व आहे, मिलॉर्ड.

काशीकर : आरोपीचे वकील, दहा सेकंदात पानाची पिंक थुंकून होते, हे तुम्ही कोर्टापुढं सिद्ध करू शकता काय?

सुखात्मे : बाय ऑल मीन्स, (बाहेर जाऊन थुंकून येतात आणि दार लावून घेऊन) एक्झॅटली टेन सेकंड्स, मिलॉर्ड.

काशीकर : वुइ मस्ट सी फॉर अवरसेल्व्हज. (उठून तेच करण्यासाठी आत जातात.)

बेणारे : (उसासून) हे न्यायालय आहे की पान थुंकण्याची स्पर्धा हो कर्णिक?

[कर्णिक लक्ष देत नाही.]

सामंत : (दरम्यान कर्णिकला) साहेब, खऱ्या कोर्टात हे असंच चालतं का हो? मजेशीरच आहे.

कर्णिक : (सिग्रेटचा धूर सोडून लटक्या गांभीर्याने) श्शू! कोर्टाची बेअदबी होईल. पाहत रहा नुसते. (पोंक्षेला डोळा घालतो.)

काशीकर : (परत येऊन बसत) क्लार्क ऑफ द कोर्ट, किती वेळ गेला?

कर्णिक : (घड्याळ पाहून) कुणास ठाऊक!

सौ. काशीकर : मी सांगते. पंधरा सेकंद हो.

सुखात्मे : (सरकारी वकील होत, विजयी हास्य करीत) देअर! नॉट टेन बट फुल फिफ्टीन सेकंड्स दॅट इज वन फोर्थ मिनिट! पाव मिनिट, आम्ही म्हणालो तितकाच वेळ, मिलॉर्ड.

काशीकर : (गांभीर्य कायम ठेवीत) येस. पानाची पिंक थुंकण्याविषयीच्या प्रात्यक्षिकात आणि चर्चेत कोर्टाचा अर्ध्या मिनिटाहून अधिक वेळ गेल्यानं कोर्टाचं कामकाज अधिक काळ न थांबवता ते पुढं चालू राहावं असा गंभीर निर्णय कोर्ट घेत आहे. वैयक्तिकरीत्या कोर्टास उपद्रवकारक न होईल

अशा पद्धतीनं आणि काळजीनं, प्रत्येकास अर्थातच पिंक थुंकून वगैरे येता येईल.

पोंक्षे : (उठून) हिअर हिअर.

काशीकर : (हातोडा ठोकून) सायलेन्स! सायलेन्स मस्ट बी ऑब्झर्व्ड.

सौ. काशीकर : (सामंतला) सामंत, हे सगळं पानाबिनाचं थट्टेत बरं का. नुसती पद्धत बघून ठेवा. प्रत्येक गोष्टीसाठी कोर्टाची पर्मिशन लागते हे महत्त्वाचं. नाहीतर रात्री चुकाल.

सामंत : (उत्साहाने) नाही. पाहतो आहे ना. पण–

काशीकर : (हातोडा आपटून) सायलेन्स मस्ट बी ऑब्झर्व्ड व्हेन कोर्ट ईज इन सेशन. घरी तेच, इथं तेच.

सौ. काशीकर : पण मी नुसतं या सामंतांना–

सुखात्मे : जाऊ दे ना बाई. गंमत करताहेत ते.

सौ. काशीकर : म्हणून काय झालं! ऊठ बैस मेलं दाटणं! (हिरमुसलेल्या)

बेणारे : (जराशी कंटाळलेली. चोपदार झालेल्या रोकडेला हळूच) ए बाळू–

रोकडे : (तापून पण दबल्या सुरात) मला बाळू म्हणू नका!

काशीकर : (घसा खाकरून, हातोडा आपटीत) नाउ बॅक टु भ्रूणहत्या. आरोपी मिस लीला बेणारे, तुमच्यावर ठेवण्यात आलेला आरोप तुम्हास मान्य आहे? की अमान्य?

बेणारे : तुमच्यावर तो ठेवला तर तुम्ही मान्य कराल?

काशीकर : (हातोडा आपटून) ऑर्डर, ऑर्डर. कोर्टाचा आदर कोणत्याही परिस्थितीत राखला गेला पाहिजे. एरवी सामंतांना कोर्टाचं करेक्ट कामकाज कळणार नाही.

बेणारे : का भ्रूणहत्येचं कामकाज? शी:! मला तो तुमचा शब्द मुळीच आवडत नाही. भ्रूणहत्या! भ्रूणहत्या! त्यापेक्षा तुम्ही माझ्यावर....ऊं...सार्वजनिक मालमत्तेच्या अपहाराचा वगैरे आरोप का नाही ठेवीत? अपहार म्हणजे कसं अल्पोपाहार किंवा उपाहारासारखं वाटतं!

सौ. काशीकर : काही नाही हो मला तसं वाटत. आहे तो आरोप काही वाईट नाही.

बेणारे : (हात खुर्चीवर आपटून) ऑर्डर, ऑर्डर. कोर्टाचा आदर राखला जावा. घरी तेच, इथं तेच. (वकिलाच्या पद्धतीने) मिलॉर्ड. कोर्टाच्या कुटुंबाला योग्य ती समज पुन्हा देण्यात यावी. त्यानं कधीही भ्रूणहत्या अगर खुद्द मिलॉर्ड वगळता कसल्याही सार्वजनिक मालमत्तेचा अपहार केलेला नाही.

सौ. काशीकर : बेणारे, पुरे पुरे.

बेणारे : (चोपदार रोकडेला हळूच) ए बा–ळू–
[तो ओठ चावतो रागाने.]

सामंत : (सौ. काशीकरांना, उत्साहाने) हॅ:! कमाल करतात बाकी बेणारेबाई.

पोंक्षे : (गंभीरपणे) बऱ्याच बाबतीत.

काशीकर : आरोपी मिस बेणारे, आपण वकिलाचे अधिकार हाती घेऊन कोर्टाच्या कामकाजात व्यत्यय निर्माण केलात याबद्दल आपल्याला समज देण्यात येत आहे.

बेणारे : (जागची निघून, त्यांच्यापुढे जाऊन, जवळचे पान पुढे करीत) थँक्स! याबद्दल आपल्याला मसाला पान देण्यात येत आहे.

कर्णिक : हेच! हेच ते! म्हणजे काही सीरिअसली घ्यायचंच नसेल तर प्रश्नच संपला! बाई, जरा त्या सामंतांना समजावं म्हणून तरी कोर्टाचे काही नियम पाळा. बी सीरिअस!

सुखात्मे : एरवी या खेळाचा पोरखेळ ठरलेला. सीरिअसनेस हवा.

बेणारे : (मूळ जागी येत) नाउ बॅक टू भ्रूणहत्या. मिलॉर्ड चुकलं. आरोपीनं न्यायमूर्तींबद्दल एवढा आदर दाखवण्याचं काहीच कारण नसतं. मला आरोप अमान्य आहे. साधी झुरळाची हत्या करायलासुद्धा मी भिते. तर भ्रू...णाची हत्या कुठली करणार? नाही म्हणायला शाळेत वर्गावर तापले आणि सकाळी एका व्रात्य पोरीला छान ठोक दिला. मग काय करणार? कार्ट्या ऐकतच नाहीत.

काशीकर : रोकडे, शपथेचा ग्रंथ?

[रोकडे घाईघाईने एक जाडा ग्रंथ काढतो. बाजूच्या स्टुलावर ठेवतो.]

साक्षीदाराचा पिंजरा?

[रोकडे आणण्यासाठी जातो.]

सौ. काशीकर : (सामंताला) यानंतर सरकारी भाषण. म्हणजे सरकारी वकिलाचं भाषण हं.

सुखात्मे : (दोन खुर्च्यांत मिळून पाय ताणून, दोन्ही हात डोक्यापाठी धरून बसलेले असतात ते सुस्तपणे उठतात. आणि यांत्रिकपणे) मिलॉर्ड, आरोपीवर ठेवण्यात आलेल्या आरोपाचं स्वरूप (कर्णिकच्या सिग्रेटवर विडी पेटवून धूर सोडीत) महाभयंकर आहे. मातृत्व हे मंगल असतं.

बेणारे : तुम्हांला काय माहीत? (सगळ्यांचे चेहरे पाहून) ऑर्डर, ऑर्डर. (पोंक्षे वैतागून आतल्या खोलीत जातो.)

काशीकर : आरोपी मिस बेणारे, कोर्टाच्या कामकाजात व्यत्यय निर्माण केल्याबद्दल पुन्हा एकवार तुम्हांला ताकीद देण्यात येत आहे. ॲटर्नी फॉर द स्टेट, पुढं कंटिन्यू करा.

सुखात्मे : मातृत्व पवित्र आहे. झालंच तर मातृत्वाच्या आपल्या कल्पनेमागं एक फार मोठी– ही आहे– उदात्तता आहे. स्त्रीला आपण जगन्माता मानलं आहे. आपल्या संस्कृतीनं तिची सतत पूजाच बांधली आहे. 'मातृदेवो भव' असं आपण बालपणापासून आपल्या मुलाला शिकवतो. मातेवर फार मोठी जबाबदारी असते. प्रसंगी प्राणांची कुरवंडी करून ती आपल्या तान्हुल्याचं संगोपन, संरक्षण करते–

काशीकर : एक विसरलात. 'जननी जन्मभूमिश्च स्वर्गादपि गरीयसी' असं सुभाषित आहे संस्कृतात.

सौ. काशीकर : (उत्साहाने) आणि 'आई थोर तुझे उपकार' हे तर अगदी प्रसिद्धच आहे की.

बेणारे : ऑर्डर, ऑर्डर. हे सगळं शाळेच्या निबंधाच्या वहीतलं आहे. (जीभ चावते खवचटपणे.) आरोपी मिस बेणारे,

कोर्टाचे अधिकार हाती घेतल्याबद्दल आपल्याला पुन्हा एकदा समज देण्यात येत आहे! (हातोडा ठोकण्याचा आविर्भाव.)

सुखात्मे : आय ॲम डीपली ग्रेटफुल मिलॉर्ड फॉर युवर ॲडिशन. सारांश, 'स्त्री ही क्षणाची पत्नी आणि अनंतकाळची माता आहे.'

[सामंत टाळ्या वाजवतो.]

सौ. काशीकर : आता चालेल. रात्री मात्र असं नाही हं करायचं.

सामंत : हो. आता राहावलंच नाही. पण काय वाक्य आहे, नाही?

सुखात्मे : खरं आहे. अशा परिस्थितीत एखाद्या स्त्रीनं पोटच्या गोजिरवाण्या गोळ्याच्या नरडीला नख लावलं तर आपण प्रतिष्ठित नागरिक म्हणून काय म्हणू? यासारखं नीच आणि राक्षसी जगात दुसरं काही असूच शकत नाही, असं आपण म्हणू. आरोपीनं हे अधम कृत्य केलं, असं काही साक्षीपुराव्यांच्या आधारे सिद्ध करण्याचा प्रयत्न आम्ही करणार आहोत–

[रोकडे पिंजरा आणतो.]

बेणारे : (खोडकरपणे रोकडेला हळूच) ए बाळू–

[तो वैतागलेला. आतल्या खोलीवाटे पोंक्षे आलेला.]

सुखात्मे : आमचा पहिला साक्षीदार जागतिक ख्यातीचे शास्त्रज्ञ श्रीयुत गोपाळ पोंक्षे हे आहेत. कसं काय पोंक्षे? बरं वाटलं की नाही? एकदम जागतिक ख्यातिप्रत पोचवतो आम्ही तुम्हांला, अं?

काशीकर : साक्षीदाराला साक्षीच्या पिंजऱ्यात आणलं जावं. (कान कोरताहेत.)

[पोंक्षे साक्षीदाराच्या पिंजऱ्यात येऊन उभा. रोकडे ग्रंथ पोंक्षेपुढे धरतो.]

पोंक्षे : (ग्रंथाचे पहिले पान पाहून, त्यावर हात ठेवून गंभीरपणे)

मी– जी. एन. पोंक्षे– ऑक्सफर्ड इंग्लिश डिक्शनरीवर हात ठेवून शपथपूर्वक खरं सांगेन, खोटं सांगणार नाही–

[बेणारे हसत राहते.]

सौ. काशीकर : (जरबेच्या सुरात) बाळू, गीता कुठं गेली?

रोकडे : (केविलवाणा) विसरलो. चुकून डिक्शनरी आणली. (कुरकुरत) काय काय म्हणून लक्षात ठेवायचं...

बेणारे : बिच्चारा बाळू.

रोकडे : (रागारागाने) तुम्ही माझी कीव करू नका हां, सांगून ठेवतोय!

काशीकर : (हातोडा आपटून) एक्झॅमिनेशन टु स्टार्ट.

सौ. काशीकर : (सामंतला चोरट्या सुरात) ही तपासणी जरा बघून ठेवा हो–

[सामंत मान डोलावतो.]

सुखात्मे : (पोंक्षेकडे जाऊन) आपलं नाव?

पोंक्षे : जी. एन. पोंक्षे. पुढं चालू द्या. बारकाईनं मग ते सगळं रात्री.

सुखात्मे : साक्षीदार पोंक्षे, आरोपीला आपण ओळखता?

बेणारे : (मध्येच पोंक्षेच्या शैलीने) हूं!

पोंक्षे : (बेणारेकडे बारकाईने पाहत) हो. चांगलाच!

सुखात्मे : आरोपीचा सामाजिक दर्जा आपण कसा वर्णन कराल?

पोंक्षे : शिक्षिका ऊर्फ मास्तरीणकाकू. शा. मा.

बेणारे : (जीभ काढून दाखवते.) चांगली तरुण तर आहे.

सुखात्मे : मिस्टर पोंक्षे, आरोपी विवाहित आहे की अविवाहित?

पोंक्षे : ते आरोपीलाच विचारा की.

सुखात्मे : पण तुम्हांला विचारल्यास तुम्ही काय सांगाल?

पोंक्षे : लौकिक दृष्ट्या तरी अविवाहित.

बेणारे : (मध्येच) आणि अलौलिक दृष्ट्या?

काशीकर : ऑर्डर, ऑर्डर. बेणारेबाई, संयम. संयमाचं महत्त्व विसरू

नका. (सुखात्म्यांना) यू मे कंटिन्यू. मी आलो. (उठून आतल्या खोलीकडे जातात.)

सौ. काशीकर : (सामंतला) हे आतापुरतं बरं का. रात्री असं नसतं. ते सगळं खऱ्यासारखं करावं लागतं.

सुखात्मे : (स्वत:शीच) या मिस्टर काशीकरांना एकेकदा नको तेव्हा नको ते होतं. (उघड) साक्षीदार पोंक्षे, आरोपीचं नैतिक वर्तन तुमच्या दृष्टीनं तुम्ही कसं वर्णन कराल? सर्वसाधारण अविवाहित स्त्रीसारखं? तुम्ही तरी सीरियसली घ्या ही ट्रायल.

बेणारे : पण सर्वसाधारण अविवाहित स्त्रीचं नक्की कसं असतं– नैतिक वर्तन– ते त्यांना कसं ठाऊक?

पोंक्षे : (दखल न घेता) वेगळं.

सुखात्मे : उदाहरणार्थ?

पोंक्षे : आरोपी जरा ज्यादाच आहे.

सुखात्मे : ज्यादा म्हणजे?

पोंक्षे : म्हणजे– म्हणजे एकंदरीत पुरुषांच्या वाटेला फार जातो.

बेणारे : (खिजवीत) च्यक-च्यक-च्यक-बिच्चारा पुरुष!

सुखात्मे : मिस बेणारे, ही कोर्टाची बेअदबी होते आहे.

बेणारे : कोर्ट त्या खोलीत गेलं आहे. मग या खोलीत त्याची बेअदबी कशी होईल? या विधानाला फारशी खोली नाही, सुखात्मे. (सामंत मनमोकळा हसतो.)

सुखात्मे : (बेणारेला) तुमच्या तोंडी लागण्यात अर्थ नाही. साक्षीदार पोंक्षे....

[पोंक्षे पिंजऱ्याच्या जरा बाहेर सरकून कर्णिकशी बोलत आहे.]

नो बडी ईज सीरियस.

[पोंक्षे परततो पिंजऱ्यात.]

मिस्टर पोंक्षे, आरोपीचा एखाद्या पुरुषाशी– विवाहित अगर अविवाहित– विशेष घनिष्ठ संबंध होता अगर

आहे, असं तुम्ही सांगू शकाल काय? (जोर देत) विवाहित अगर अविवाहित पुरुषाशी.

बेणारे : (मध्येच) हो, खुद्द सरकारी वकील सुखात्मे यांच्याशीच आणि त्या न्यायमूर्तींशीसुद्धा. झालंच तर या पोंक्षेशी, या बाळूशी नि कर्णिकांशी.

रोकडे : बेणारेबाई, मी सांगून ठेवतो, जड जाईल!

पोंक्षे : हॅ:! या स्थितीत हा असा खटल्याचा पोरखेळ चालू ठेवण्यात काय सेन्स आहे, सुखात्मे? नो बडी ईज सीरियस! ते काशीकर तिकडं आत गेले, यांचं हे असं चाललं आहे, मला काही बोलूच दिलं जात नाही–

कर्णिक : आमच्या नाटकाच्या रिहर्सल्ससुद्धा याहून गंभीरपणं होतात.

सौ. काशीकर : ते काही नाही ग बेणारे. तुझ्या एकटीमुळं रात्री सगळा घोटाळा झाला तर ते चालणार नाही बरं का.

बेणारे : मी खटल्याला मदत करते आहे.

[काशीकर आतून परत येऊन आसनस्थ.]

काशीकर : व्हॉट हॅपंड? कंटिन्यू मिस्टर सुखात्मे. कानकोरणं कुठं गेलं?

बेणारे : मी मुळी जरा गावातून भटकूनच येते कशी. तुम्ही चालवा खटला. भ्रूणहत्या! हूं:! जरा मोकळी हवा तरी लागेल.

कर्णिक : तसं असेल तर सगळंच बस्स झालं.

सौ काशीकर : नाही हो. खटला एकदा पूर्ण होऊ द्या. हाती घेतलं की ते तडीस गेलं पाहिजे.

सामंत : (सभय सौ. काशीकरांना) म्हणजे इथंच संपलं वाटतं सगळं?

काशीकर : (कानकोरणे सापडून) सापडलं. चला. हिअरिंग टु कंटिन्यू. (बेणारेला 'सबूर' खुणावतात.) सुखात्मे, वाट कसली पाहताय?

सुखात्मे : तुमचं कानकोरणं सापडण्याची, मिलॉर्ड. (मग पुन्हा

वकिली थाटात पवित्रा घेत) मिस्टर पोंक्षे–
[पिंजऱ्यातून बाहेर आलेला पोंक्षे गडबडीने पिंजऱ्यात.]
आरोपीच्या वागण्यात तुम्हांला कधी काही खटकलं होतं काय?

पोंक्षे : येस, पुष्कळच.

सुखात्मे : काय? (धूर सोडतात.)

पोंक्षे : आरोपीच्या डोक्यात बिघाड असावा तसा काहीतरी तो काही वेळा वागायचा. म्हणजे एकेकदा त्याच्या वागण्याचा अर्थच लागत नसे.

सुखात्मे : फॉर एक्झँपल?

पोंक्षे : फॉर एक्झँपल, एकदा त्यानं माझं लग्न जमवण्याचाच– फार कशाला, या क्षणीच तो वेड्याच्या इस्पितळातल्या पेशंटसारखा जीभ काढून दाखवतो आहे.
[बेणारे घाईने जीभ आत घेते.]

सुखात्मे : (महत्त्वाचा मुद्दा मिळाल्याच्या सुरात) गुड! आता तुम्ही जाऊन बसू शकता मिस्टर पोंक्षे– द ग्रेट सायंटिस्ट. अवर नेक्स्ट विटनेस, मिस्टर कर्णिक– द ग्रेट ॲक्टर.
[पोंक्षे बाहेर येऊन बेणारेकडे पाहत पाहत बाजूला टेकतो. कर्णिक नाटकीपणाने येऊन पिंजऱ्यात उभा.]

कर्णिक : आस्क.

सुखात्मे : शपथ-नाव-धंदा– ते सगळं झालं? आता मिस्टर कर्णिक, तुम्ही नट आहात.

कर्णिक : (नाटकी साक्षीदारासारखा) येस, आणि त्याचा मला अत्यंत अभिमान वाटतो.

सुखात्मे : वाटू द्या. पण मिस्टर कर्णिक, यू नो धिस लेडी? (बेणारेकडे बोट.)

कर्णिक : (नाटकी मुद्रेने पाहून मग) येस सर, आय–थिंक–आय–नो–धिस–लेडी.

सुखात्मे : थिंक म्हणजे काय मिस्टर कर्णिक?

कर्णिक : थिंक म्हणजे, विचार करणं किंवा वाटणं. तुम्हांला हवी तर ही

इथं डिक्शनरी आहे.

सुखात्मे : (डिक्शनरीकडे अभावितपणे जाऊन निग्रहाने वळत) ते नको आहे मला. मिस्टर कर्णिक, एक तर तुम्ही यांना ओळखता किंवा ओळखत नाही, यातलं नक्की काय म्हणाल तुम्ही, म्हणा पाहू–

कर्णिक : (खांदे उडवीत) स्ट्रेंज! काही वेळा ओळखतो असं आपल्याला वाटतं. पण खरोखरी आपण ओळखतच नसतो. ट्रूथ ईज स्ट्रेंजर दॅन फिक्शन.

सुखात्मे : तुमची यांची ओळख कुठली?

कर्णिक : ओळख आमच्या मंडळातली. अभिरूप न्यायसभेचे कार्यक्रम करतो आम्ही. त्यात या असतात. हो, मला अगदी नक्की आठवतं.

[सर्वच नाटकी.]

सुखात्मे : कार्यक्रम कसे होतात, मिस्टर कर्णिक?

कर्णिक : टॉप!

सुखात्मे : (वकिली शैलीने काशीकरांना) मिलॉर्ड, या महत्त्वाच्या विधानाची नोंद दप्तरी नमूद केली जावी अशी विनंती आहे.

काशीकर : (कान कोरताहेत.) तशी व्यवस्था होईल. पुढं चला.

सुखात्मे : मिस्टर कर्णिक, सत्याला स्मरून आता मला सांगा. तुम्ही करता त्या नाटकांतून मातेचं वर्णन कोणत्या शब्दांत केलेलं असतं?

कर्णिक : अलीकडच्या नव्या नाटकांत ते नसतंच. आयुष्याच्या अर्थहीनतेवर ती आहेत. म्हणजे एकंदर मानवी आयुष्य हेच–

काशीकर : हेच– हेच पटत नाही. माणसानं काही तरी ध्येय ठेवावं– 'अनंत अमुची ध्येयासक्ती'– असा व्यवहार हवा. ध्येय हे पाहिजेच.

सुखात्मे : ते जाऊ द्या. मातेची व्याख्या तुम्हांला, समजा, करायची झाली, तर ती तुम्ही कशी कराल?

कर्णिक : (विचार करून) बाळंत होते ती माता.

सुखात्मे : मिस्टर कर्णिक, जन्म दिलेल्या अर्भकाचा प्रतिपाळ करते ती माता की त्याच्या नरडीला नख लावून त्याला निर्घृणपणं ठार मारते ती माता? तुम्ही कोणती व्याख्या पसंत कराल?

कर्णिक : दोन्ही माताच, कारण दोघीही बाळंत होतात.

सुखात्मे : मिस्टर कर्णिक, मातृत्व तुम्ही कशाला म्हणाल?

कर्णिक : मुलाला जन्म देण्याला.

सुखात्मे : जन्म तर कुत्रीदेखील आपल्या पिलांना देते.

कर्णिक : मग तीही माता असतेच की. कोण नाही म्हणतो? माणसंच माता असतात आणि कुत्री नसतात असं कोण म्हणतो?

बेणारे : (आळस देत) बकप कर्णिक!

[कर्णिक दुर्लक्ष करतो.]

सुखात्मे : कर्णिक आज फॉर्मात आहेत.

काशीकर : रात्री काय ते दाखवा कर्णिक. सध्या जरा सरळच उत्तर मिळू द्यात.

सुखात्मे : साक्षीदार कर्णिक, आता पूर्ण विचार करून उत्तर द्या. आरोपीच्या नैतिक चालचलणुकीविषयी तुमचं मत काय आहे?

कर्णिक : (दोनतीन भयंकर विचारमग्न पोजेस घेऊन) म्हणजे खटल्यातल्या की खऱ्या?

सुखात्मे : अर्थात खऱ्या.

काशीकर : (कान कोरीत) मला वाटतं, खटल्यापुरतेच हे जुजबी प्रश्न विचारले गेलेले बरे सुखात्मे.

कर्णिक : हो ना? मग हरकत नाही. मला काहीच माहिती नाही आरोपीच्या नैतिक चालचलणुकीची.

सुखात्मे : नक्की नाही?

कर्णिक : नक्की नाही. खटल्यापुरती तरी नाहीच.

[बेणारेची मुद्रा तंग.]

सुखात्मे : मिस्टर कर्णिक– (एकदम अंगात आल्यासारखा पवित्रा घेऊन) मिस्टर कर्णिक, विशिष्ट वेळी विशिष्ट परिस्थितीत तुम्ही आरोपीला संशयास्पद स्थितीत पाहिलं आहे की नाही? होय की नाही

उत्तर द्या. येस ऑर नो?

कर्णिक : (एकदम) मी नव्हे, या रोकडेनं.

रोकडे : (गडबडून) मला काही माहिती नाही. मी सांगतोय, मला काहीसुद्धा माहिती नाही.

सुखात्मे : (छाती काढून, मोठ्या बॅरिस्टरी थाटात) मिस्टर कर्णिक, थँक्यू सो मच. यू कॅन टेक युअर सीट नाउ.
[कर्णिक पिंजऱ्याबाहेर जातो..
नाउ मिस्टर रोकडे, जरा साक्षीदाराच्या पिंजऱ्यात चला बरं. चला.

सौ. काशीकर : (सामंतला) येतंय ना लक्षात?

सामंत : हो.

रोकडे : (जागच्या जागी घोटाळत) मी नाही.

सुखात्मे : मिलॉर्ड, चोपदार रोकडे याच्या साक्षीची खटल्याच्या दृष्टीनं अत्यंत गरज आहे. त्याला साक्षीच्या पिंजऱ्यात ताबडतोब पाचारण केलं जावं.

रोकडे : (केविलवाणा) मी साफ येणार नाही. हवा तर मी इथून जातोच कसा–
[बेणारे हसते आहे मुक्तपणे.]

काशीकर : रोकडे–
[रोकडे आज्ञाधारकपणे जाऊन उभा राहतो पिंजऱ्यात. अंगाला कंप. नर्व्हस.]

पोंक्षे : (कर्णिकला) काय पाहिलं रे त्यानं?

कर्णिक : कुठं काय? मी आपली गंमत केली झालं. मला तू खो दिलास. मी त्याला दिला. खेळ चालला पाहिजे की नाही? सुखात्म्यांचा.

सुखात्मे : शपथ-नाव-धंदा-पुढं मिस्टर रोकडे–
[रोकडेचा रडवेला चेहरा.]
मिस्टर रोकडे, मिस्टर कर्णिकांनी साक्षीत तुमचा उल्लेख केला तो तुम्ही ऐकलात. त्याविषयी अधिक काही प्रकाश तुम्ही टाकू शकता काय?

सौ. काशीकर : बाळू, आता न आखडता फर्मासपैकी एक साक्ष दे बरं. हे जमलं तर पुढं कार्यक्रमात चान्स मिळेल. एवढा मोठा चान्स तुला मिळणार नाही. बघा हो सामंत, बघून ठेवा.
[काशीकरांनी डोळे वटारलेले. सौ. काशीकर मख्ख.]

सुखात्मे : बोला मिस्टर रोकडे, तुम्ही काय पाहिलंत?
[रोकडे मनस्वी नर्व्हस. आवंढे गिळतो आहे.]
मिस्टर रोकडे, ईश्वराला स्मरून सांगा, तुम्ही तिथं काय पाहिलंत?
[रोकडेच्या तोंडून शब्द फुटत नाही.]
(खास फिल्मी कोर्टाच्या पद्धतीने) मिस्टर रोकडे, विशिष्ट वेळी विशिष्ट परिस्थितीत तुम्ही काय पाहिलंत? आन्सर प्लीज.

रोकडे : (कसाबसा) ब्रह्मांड!
[हे तो या क्षणीच पाहतो आहे. घामाघूम. बेणारे अनावर हसते आहे. कर्णिक पोंक्षेला डोळा घालतो.]

काशीकर : (दात कोरीत) तो मूळचाच असा फद्या.

सौ. काशीकर : बाळू, पुन्हा चान्स मिळायचा नाही. उत्तर दे बरं. घाबरायचं किती ते! माणसात जरा तरी सभाधीटपणा हवा की नको? काय हो सामंत?

सामंत : पण कठीण असतो.

सौ. काशीकर : बाळू, बोल चटकन.

बेणारे : बाळू बोल रे– अ-आ-ई.

रोकडे : (बेणारेला, तशातही खवळून) पुरे! (घाम पुसतो पुन्हा पुन्हा.)

सुखात्मे : (वकिली सूर काढून) मिस्टर रोकडे–

रोकडे : (अडवून) नको. तुम्ही थांबा. (धीर एकवटून आणि हसत पाहणाऱ्या बेणारेकडे एकदोनदा पाहून) मी सांगतो. मी मध्यंतरी गेलो होतो त्यांच्याकडे–

सुखात्मे : (वकिली सूर) कुणाकडे? मिस्टर रोकडे, कुणाकडे गेला होतात तुम्ही?

रोकडे : मला अडवू नका मध्येमध्ये. मी गेलो होतो त्या– त्या दामल्यांच्याकडे.
[बेणारे तंग.]

पोंक्षे : अवर प्रोफेसर दामले?

कर्णिक : म्हणजे त्यांच्या कॉलेज होस्टेलवरच्या रूमवर असेल.

रोकडे : हो. असा संध्याकाळचा गेलो. काळोख पडता पडता. तर तिथं– या होत्या– या बेणारेबाई.

सगळे : कोण?

रोकडे : (बेणारेकडे पाहत) आता हसा! करा थट्टा! याच तिथं होत्या. दामले आणि या– बेणारेबाई!
[बेणारे ताठरलेली. कर्णिकची पोंक्षेला खूण.]

सामंत : (सौ. काशीकरांना) म्हणजे हे खरं की कोर्टातलं?

सुखात्मे : (एका वेगळ्याच सावधपणे) मिस्टर रोकडे, तुम्ही संध्याकाळचे काळोख पडता पडता प्रोफेसर दामले यांच्या खोलीवर गेलात. तिथं तुम्ही– काय पाहिलंत? (खालच्या, हिंस्त्र स्वरात) काय पाहिलंत तिथं?

काशीकर : (फार रस लागला आहे तरी) सुखात्मे, हे जरा वैयक्तिक पातळीवर होतं आहे असं–

सुखात्मे : छे छे, मुळीच नाही, मिलॉर्ड. फक्त खटल्यापुरतं हे आहे. तर मिस्टर रोकडे–

बेणारे : हे मला मान्य नाही, सांगून ठेवते. या खटल्याच्या खेळाशी याचा काय संबंध आहे?

सौ. काशीकर: पण तू तरी एवढी ही काय होतेस बेणारे? चालू द्या हो.

बेणारे : माझ्या खाजगी गोष्टी यात निघण्याचं काहीएक कारण नाही. मी कुणाकडेही जाईन. दामले काही मला खात नव्हते–

सुखात्मे : तिथं तुम्ही काय पाहिलंत, रोकडे? हां, सांगा सांगा. बेणारेबाई, खटल्याचं स्पिरिट घालवू नका– जरा ऐकून घ्या. फार मजेचा असतो हा खेळ. धीर धरा. रोकडे, तुम्ही काय पाहिलंत ते स्पष्ट सांगा आणि संकोचू नका–

रोकडे : (जरा वेळ घेऊन, नाकासमोर पाहत सांगतो.) दोघं बसली होती.

सुखात्मे : आणि?

रोकडे : आणि काय? दोघं तिथं बसली होती– खोलीत.

सुखात्मे : तुम्ही आणखी काय पाहिलंत?

रोकडे : एवढंच पाहिलं.
[सुखात्मे निराश होतात.]
पण मला एकदम धक्का बसला. काळोख पडताना, दामल्यांच्या रूममध्ये–

बेणारे : कुक्कुलं आहे अजून बाळ!

रोकडे : तुमचा चेहरा मला पाहून का पडला मग? ते सांगा ना. बाहेरच्या बाहेर दामल्यांनी मला कटवलं. एरवी ते मला चांगले आत येऊ देतात. खोलीत.

बेणारे : (हंसत) का कटवलं ते दामल्यांनाच माहीत आणि माझा चेहरा पडला असं तुम्हांला वाटलं, कारण तुम्हांला दामल्यांनी माझ्यासमोर कटवलं. माझा चेहरा कशाला पडेल? चांगला उभा होता.

सुखात्मे : (काशीकरांना) मिलॉर्ड, साक्षीदार रोकडे यांनी जे पाहिलं– आणि तेवढंच पाहून ते का थांबले ते त्यांचं त्यांनाच ठाऊक– पण त्यांनी जे पाहिलं त्याची नोंद घेतली जावी. आरोपीचं वर्तन निश्चितपणं संशयास्पद असल्याचं त्यावरून एका तिऱ्हाइताच्या नजरेतून स्पष्टपणं दिसून येत आहे.

बेणारे : काहीसुद्धा दिसून येत नाही. तसं पाहिलं तर उद्या मी आमच्या प्रिन्सिपॉलच्या केबिनमध्ये दिसेन, म्हणजे काय माझं वर्तन संशयास्पद आहे? हंः! वय पासष्टीचं आहे प्रिन्सिपॉलचं आमच्या!

सुखात्मे : मिलॉर्ड, आरोपीचा हा शेरादेखील पुरावा म्हणून आम्ही वापरणार असल्यानं नोंदविला जावा.

बेणारे : ज्यांच्याबरोबर मी एकटी असते अशा आणखी पंचवीस जणांची नावं आणि पत्ते हवे तर मी देते की. खटला चालवतात! संशयास्पद म्हणे! साधे शब्दांचे अर्थ कळत नाहीत!

[कर्णिक पोंक्षेला खुणा करतो.]

सुखात्मे : मिलॉर्ड, आरोपीचं हेही विधान आमच्या दृष्टीनं महत्त्वाचं असल्यानं याचीही नोंद व्हावी.

काशीकर : (दात कोरीत) कोणतं विधान? 'साधे शब्दांचे अर्थ कळत नाहीत' हे?

सुखात्मे : नव्हे, आणखी पंचवीस जणांचे नाव-पत्ते– ज्यांच्याबरोबर या असतात त्यांचे–

बेणारे : मघा या– या सामंतांबरोबरसुद्धा मी इथं आले तेव्हा एकटीच होते की! घ्या– त्यांचंही नाव नोंदवून घ्या–

सामंत : (एकदम उठून, तळमळीने) नाही हो, या बाई की नाही माझ्याशी अगदी सोज्ज्वळपणं वागल्या. जादू आणि मोहिनी-विद्येबद्दल आम्ही बोललो– बस.

सुखात्मे : मिलॉर्ड, मोहिनीविद्येचा उल्लेख फार महत्त्वाचा असल्यानं त्याची नोंद घेण्यात यावी.

काशीकर : (दात कोरीत) पण सुखात्मे, कोर्टाच्या कामकाजाच्या नियमांत हे सगळं कितपत बसतं?

कर्णिक : नाही तरी ही तालीम आहे. धिस इज जस्ट अ रिहर्सल!

पोंक्षे : धिस इज जस्ट अ गेम! हा खेळ आहे. इथं कोण सीरिअसली कोर्ट भरवून राहिलाय? सुखात्मे, मजा येतेय. चालू द्या. (कर्णिकला) बरा वकील दिसतो रे हा. मग वकिली का चालत नाही याची?

सामंत : (सौ. काशीकरांना) पण मोहिनीविद्या म्हणजे– म्हणजे तसं काहीच नव्हतं– हो ना– आपला तो हिप्नॉटिझम–

पोंक्षे : (त्याला बसवत) बसा हो तुम्ही. नुसती गंमत तर आहे.

कर्णिक : सुखात्मे, थांबू नका. पुढं चालू द्या. काय काशीकरबाई, कसं वाटतंय?

सौ. काशीकर: रंगतंय बाई प्रकरण. कल्पना नव्हती. सुखात्मे, थांबू नका आता, चालू द्या.

सुखात्मे : (याने उत्तेजित होऊन) मिस्टर रोकडे, तुम्ही साक्षीदाराच्या पिंजऱ्यातून जाऊ शकता.

[रोकडे यासरशी हुश्श करीत बाहेर येतो. सरळ आतल्या खोलीकडे जातो.]

नाऊ मिस्टर सामंत.

सामंत : (उभा राहत, अविश्वासाने, थरथरून) मी? मला म्हणालात?

सुखात्मे : या.

[साक्षीच्या पिंजऱ्याचा निर्देश करतात. सामंत येऊन उभा राहतो.]

सौ. काशीकर : घाबरू नका सामंत. विचारल्या प्रश्नांना–

सामंत : उत्तरं द्यायची.

सुखात्मे : हुशार आहात.

सौ. काशीकर : दुसरंतिसरं काहीसुद्धा नसतं. शिवाय ही प्रॅक्टिसच आहे. खरं रात्रीच आहे.

सामंत : हो ना. रात्रीच आहे. मी घाबरलेला नाहीच. जरा गोंधळायला होतं एवढंच. (सुखात्म्यांना) शपथ घेतो, म्हणजे सराव होईल.

सुखात्मे : ऑल राइट, चोपदार रोकडे–

[रोकडे नाही.]

सामंत : ते तिकडे गेले आहेत वाटतं, आत. मीच घेतो ना. (तडक जाऊन डिक्शनरी उचलतो. तिच्यावर हात ठेवतो.) शपथ घेता की, मी रघुनाथ भिकाजी सामंत खरं बोलेन, खोटं बोलणार नाही– म्हणजे खटल्यातलं खरं, खटल्यातलं खरं म्हणजे तसं खोटंच, पण शपथेची प्रॅक्टिस व्हावी म्हणून ती घेतो आहे. (हात डिक्शनरीवरच) काय आहे की उगीच जाणूनबुजून खोटं बोलण्याचा बाट नको. (दिलगीर स्वरात) आपण तसे देवबीव मानणारे आहोत. शपथ झाली. आता (पुन्हा साक्षीच्या पिंजऱ्यात येऊन) बोला. (हे सुखात्म्यांना. मग काशीकरबाईंना) बघितलंत? तशी भीती मला वाटत नाही. नवखेपणानं गोंधळलो होतो इतकंच. (सुखात्म्यांना) विचारा ना.

सुखात्मे : नाव–धंदा–ते सगळं झालं.

सामंत : विचारायचंय काय? हवं तर विचारा.

सुखात्मे : नको. आता मिस्टर–

सामंत : (तत्परतेने) सामंत. कधीकधी मध्येच विसरतात लोक माझं आडनाव. म्हणून सांगावंच लागतं.

सुखात्मे : इट्‌स ऑल राइट. मिस्टर सामंत, आरोपी मिस बेणारे यांना तुम्ही ओळखता?

सामंत : (साभिमान) तर! पण कमीच. दोनअडीच तासांत काय अशी ओळख होणार म्हणा! पण ओळख झाली आहेच. फार चांगल्या आहेत बाई.

सुखात्मे : पण, तुमच्या मते त्यांच्याविषयी झालेला तुमचा अनुकूल ग्रह तितकासा विश्वसनीय मानता येणार नाही.

सामंत : हो. नाही नाही– का नाही येणार? येईल की. माझ्या आईला एका मिनिटात चेहऱ्यावरनं माणसांची पारख होत असे. आता बिचारीला दिसत नाही. वय झालं बिचारीचं.
[रोकडे पुन्हा येऊन त्याच्या जागी उभा राहतो. बेणारे आरोपीच्या पिंजऱ्यात बसून, डोळे मिटून, पंजांत गाल विसावलेली.]
त्या झोपल्या वाटतं– बेणारेबाई.

बेणारे : (मिटल्या डोळ्यांनी) जागी आहे. झोप हवी तेव्हा कध्धीकध्धी येत नाही. येतच नाही.

सामंत : ती तकलीफ आपल्याला नाही. केव्हाही झोप येते. (सुखात्म्यांना) तुम्हांला?

सुखात्मे : माझं झोपेचं तंत्र वेगळंच आहे. म्हणजे आली म्हणजे एकदम येते. नाही तर चारचार तास येतच नाही.

काशीकर : (कान आणि दात कोरणे चालूच.) डोक्यावर माक्याचं तेल घालीत जा, सुखात्मे, चांगलं मुरेपर्यंत. मी तेच करतो. कसलाही महत्त्वाचा सामाजिक प्रश्न असो, माक्याच्या तेलानं झोप शांत लागते. मुळात झोप उत्तम तर मेंदू शांत आणि मेंदूच शांत राहिला नाही तर सामाजिक प्रश्न कसले बोडक्याचे सुटणार? मेंदू आणि कोठा या दोन अत्यंत महत्त्वाच्या गोष्टी आहेत.

सामंत : हो. (सुखात्म्यांना) पण तेवढे ते प्रश्न एकदा विचारून होऊ द्यात.

सुखात्मे : (मागचा धागा पकडून अवसान घेत) मिस्टर–

सामंत : सामंत.

सुखात्मे : आरोपीला– मिस बेणारेला– प्रोफेसर दामले यांच्या खोलीत संध्याकाळी दिवस अंधार असताना मिस्टर रोकड्यांनी पाहिलं.

सामंत : बरोबर.

सुखात्मे : त्या प्रसंगी प्रोफेसर दामले आणि आरोपी यांशिवाय तिसरं कुणी तिथं नव्हतं.

सामंत : करेक्ट. असं रोकडे म्हणाले.

सुखात्मे : आरोपीचा चेहरा आपल्याला पाहून पडला असंही रोकडे म्हणाले.

सामंत : करेक्ट, पण आता मला काहीतरी विचारा ना.

सुखात्मे : विचारतोच आहे. त्यानंतर अर्ध्या तासानं तुम्ही तिथं पोचलात.

सामंत : कुठं? नाही नाही. अहो, ती खोली मुंबईत, मी या गावात– छे! भलतंच! मी तर हे तुमचे प्रोफेसर दामले काळे आहेत की गोरे तेसुद्धा अजून पाहिलेलं नाही. मग त्यांच्या खोलीवर मी कुठून पोचणार? नाही काय? असं काय करता?

सुखात्मे : पोचलात.

सामंत : तुमच्या समजुतीमध्ये काहीतरी घोटाळा होतो आहे, वकीलसाहेब–

सुखात्मे : खटल्यासाठी मिस्टर सामंत, आपण काही गोष्टी गृहीत धरतो आहोत.

कर्णिक : आरोपच काल्पनिक आहे तर आणखी काय उरलं? सगळं काल्पनिक. हां!

पोंक्षे : आरोपी तेवढा खरा!

सामंत : (सौ. काशीकरांना) घ्या! म्हणजे घोटाळा माझाच झाला. (सुखात्म्यांना) ठीक आहे. मी अर्ध्या तासानं प्रोफेसर दामल्यांच्या रूमवर पोचलो. पुढं काय?

सुखात्मे : ते तुम्हीच सांगा.

सामंत : मी कसं सांगणार?

सुखात्मे : मग कोण सांगणार?

सामंत : हो खरं, मीच की सांगणार! पण कठीण आहे. आरोपी आणि

प्रोफेसर दामले. रूम. संध्याकाळ...

पोंक्षे : दिवस अंधारत होता–

कर्णिक : त्यानंतर अर्ध्या तासानं. म्हणजे चांगलाच अंधार. नाइट सीन. कॉलेजच्या आवारात शुकशुकाट.

सामंत : (एकदम) घ्या विचारून– तर मी पोचलो, आं? पोचलो तर– तर काय झालं की– दरवाजा बंद.

सुखात्मे : दरवाजा बंद?

सामंत : हो. दरवाजा बंद. बाहेरून नव्हे, आतून आणि मी दार ठोठावलं. चुकलो. घंटी वाजवली. दार उघडलं. समोर एक अनोळखी माणूस उभा होता. ओळखा कोण ते. अहो प्रोफेसर दामले! त्यांना प्रथमच पाहत होतो मी. मग ते अनोळखी नाही का वाटणार?

पोंक्षे : वा, सामंत!

सौ. काशीकर : (कर्णिकला) छान साक्ष देतोय हो.

सामंत : (उत्तेजित होऊन) समोर दामले. ते मला पाहून जरा त्रासिक चेहरा करून म्हणाले, 'येस? कोण पाहिजे?'

पोंक्षे : (कर्णिकला) बरोबर वर्णन करतोय हा दामल्यांचं.

सामंत : मी म्हणालो, 'प्रोफेसर दामले.' ते म्हणाले, 'घरी नाहीत' आणि त्यांनी दार धाडदिशी लावून घेतलं. क्षणभर सुन्न होऊन मी उभा राहिलो. मी विचार करू लागलो, परत जावं की पुन्हा बेल दाबावी? कारण माझं काम महत्त्वाचं होतं.

सुखात्मे : कुठचं?

सामंत : कुठचं म्हणजे, धरा की— काहीतरी. असं समजू की या प्रोफेसर दामल्यांचं लेक्चर मला ठरवायचं होतं. लेक्चर देतात ना ते? प्रोफेसर आहेत म्हणून विचारतो– देत असतीलच. तर मी लेक्चर ठरवण्याबद्दल बोलल्याशिवाय परत कसं जावं म्हणून तसाच जरा उभा राहिलो. तेवढ्यात खोलीतून रडण्याचा अस्फुट आवाज ऐकू आला.

सौ. काशीकर : रडण्याचा?

सामंत : हो ना. रडण्याचा अस्फुट आवाज आणि तो बाईचा होता.

सुखात्मे : (थरारून) येस–

सामंत : क्षणभर तो तिथंच उभा राहिला. तो म्हणजे मीच. त्याला– म्हणजे मला– कळेना, कोण रडतं आहे? म्हणजे प्रोफेसर दामल्यांच्या घरचं कुणी बाईमाणूस असेल असं मला का वाटलं नाही, असं तुम्ही विचाराल. तर रडण्यावरून ते माणूस त्या घरचं वाटतच नव्हतं. का? तर रडणं अस्फुट म्हणजे चोरटं वाटत होतं. आता स्वत:च्या घरी कुणी चोरून कशाला रडेल? असं ठरवून मी आपला उभाच राहिलो. तर लगेच शब्द आले.

सौ. काशीकर : शब्द आले?

कर्णिक व पोंक्षे : कुणाचे?

सामंत : छे-छे-छे-छे, तुम्ही नाही विचारायचं. हे– वकीलसाहेब विचारणार.

सुखात्मे : कुणाचे?

सामंत : अर्थात त्या बाईमाणसाचे– आतल्या.

सौ. काशीकर : अगो बाई! सांगा तरी हो कोण होतं ते? (बेणारेकडे अभावितपणे नजर.)

सामंत : ऊंहूं. ते विचारणार– वकीलसाहेब. तुम्ही नाही.

सुखात्मे : विचारलं. आधी सांगा. मिस्टर सामंत, शब्द काय होते तुम्ही ऐकलेले? टाइम वेस्ट करू नका. लौकर सांगा मिस्टर सामंत– बी क्विक.

सामंत : शब्द होते— सगळेच सांगू?

सुखात्मे : आठवतील ते सांगा– पण सांगा–

सामंत : (गडबडीने, हातचे पुस्तक पाहून) 'असं मला या परिस्थितीत टाकलंत तर मी कुठं जाऊ?' (बेणारे तंग.)

सौ.काशीकर : असं विचारलं?

सामंत : ते मी काय सांगू?

सुखात्मे : (कातावून) मग कोण सांगणार?

सामंत : नव्हे, नव्हे– मी त्या प्रश्नावरचं उत्तर सांगतो आहे. त्यांचं. प्रोफेसर दामल्यांचं.

सुखात्मे : अच्छा.

सामंत : 'कुठं जावं हा सर्वस्वी तुझा प्रश्न आहे. मला तुझ्याविषयी फार सहानुभूती वाटते. पण मी काहीच करू शकत नाही. माझी प्रतिष्ठा मला सांभाळणं भाग आहे.' यावर पुन्हा, 'करूनसवरून आता प्रतिष्ठेच्या गोष्टी सांगता? क्रूर आहात!' यावर : 'निसर्ग क्रूर आहे.'

काशीकर : (जोराजोराने कान कोरीत) आय सी– आय सी–

सुखात्मे : (थरारलेले) कमाल आहे, कमाल आहे–

सामंत : 'तुम्ही मला एकटं टाकलंत तर आत्मघात करण्याशिवाय मला दुसरा मार्ग राहणार नाही.' 'मग कर. माझादेखील नाइलाज आहे. तो तू केलास तर मला यातना होतील.'

सुखात्मे : सिम्प्ली थ्रिलिंग!

सामंत : 'मात्र अशा धमकीनं मी माझ्या बुद्धिनिष्ठ निर्णयापासून तिळमात्रही हलणार नाही.' 'लक्षात ठेवा, दोन' नव्हे-नाही, चूक–एक नव्हे, 'दोन जिवांच्या हत्येचं पाप तुम्हांला लागल्याशिवाय राहणार नाही.'– यावर एक विकट हास्य.

बेणारे : (एकदम त्वेषाने) पुरे!

काशीकर : (हातोडा आपटून) ऑर्डर ऑर्डर–

बेणारे : खोटं आहे हे! साफ खोटं आहे!

पोंक्षे : होय की. मग?

कर्णिक : खोटं असलं तरी प्रभावी आहे.

सौ. काशीकर : पुढं सांगा हो तुम्ही सामंत.

बेणारे : नाही! आधी बस्स करा हे सगळं! बस्स करा!

सामंत : (गोंधळून) पण काय झालं?

बेणारे : हे थांबलं पाहिजे. त्यातलं अक्षरदेखील खरं नाही आहे.

सामंत : हो ना.

बेणारे : बनावट आहे सगळं! खोटं आहे!

सामंत : बरोबर.
बेणारे : धादांत असत्य बोलताय तुम्ही!
सामंत : तर! (मागे धरलेले पुस्तक काढून दाखवीत) म्हणजे यातलंच तर सगळं म्हणतोय मी–
सुखात्मे : मिस्टर सामंत, 'विकट हास्य'– पुढं काय झालं?
बेणारे : यापुढं एक अक्षर उच्चारलं गेलं तर मी निघून जाईन–
सुखात्मे : मिस्टर सामंत–
बेणारे : हे– सगळं मोडूनतोडून टाकीन– चक्काचूर होईल सगळा– चक्काचूर होईल–
सौ. काशीकर : अग, पण तुझा वाण एवढा चोख आहे तर एवढी अकांडतांडव का करतेस तू बेणारे?
बेणारे : माझ्यावर जाणूनबुजून काहीतरी डाव टाकलाय तुम्ही! कट रचलाय!
सामंत : छे छे छे छे, अहो बाई, खरंच असं काही नाही–
सुखात्मे : मिस्टर सामंत, आन्सर. प्रोफेसर दामले यांनी विकट हास्य केलं. पुढं त्यावर आतली अज्ञात स्त्री काय म्हणाली?
सामंत : (गडबडीने पुस्तक बघत) थांबा, मी ते पान शोधून काढतो नि मग सांगतो.
बेणारे : सामंत, पुढं एक अक्षर उच्चाराल ना, तर बघा– बघाच तुम्ही.
सुखात्मे : (ठेवणीतल्या हलक्या आणि हिंस्त्र स्वरात) मिस्टर सामंत–
सामंत : पंचाईतच आहे. पानसुद्धा सापडेना–
सुखात्मे : (काशीकरांना) मिलॉर्ड, निवेदन करण्यात आलेला हा सर्व प्रसंग स्वतःच इतका बोलका आहे की इतउप्पर यावर काही म्हणण्याची गरजच उरलेली नाही. या संपूर्ण प्रसंगाची नोंद आरोपीविरुद्ध आमच्या बाजूचा पुरावा म्हणून घेतली जावी.
काशीकर : रिक्वेस्ट ग्रँटेड.
बेणारे : घ्या, आणखी नोंदी घ्या. नोंदीच नोंदी घ्या! (डोळे एकदम पाण्याने भरलेले. कंठ दाटलेला. तगमगते आहे. मग रडवेल्या

बेदरकारीने) काय कराल तुम्ही माझं? करा!
(डोळ्यांवाटे घळघळा पाणी. विंगमध्ये निघून जाते.)
[आणखी स्तब्धता. सामंत सोडून सर्वांच्या मुद्रा बदलतात. त्यावर क्रमशः एक चमत्कारिक, सावध थरार उमटत जाते.]

सामंत : (कळवळून) अरेरे! एकदम असं काय झालं बाईंना?

काशीकर : (कान कोरीत) अचानक रहस्यपूर्ण झालं एकूण सारं–सारं सामाजिक वातावरणच गढूळ झालंय हल्ली, सुखात्मे. काही निर्मळ म्हणून राहिलं नाही.

सुखात्मे : म्हणूनच मिस्टर काशीकर, आपल्यासारख्या विचार करणाऱ्या माणसांनी फार गंभीरपणं आणि जबाबदारीनं या गोष्टींचा विचार केला पाहिजे. धिस शुड नॉट बी टेकन लाईटली!

सौ. काशीकर : अगदी बरोबर!

सुखात्मे : आणि नुसता विचार करून भागणार नाही तर कृती केली पाहिजे. ॲक्शन! काय कर्णिक?

कर्णिक : येस, ॲक्शन!

पोंक्षे : राइट.

सुखात्मे : इथं भावनेनं भागणार नाही. सगळ्यांनी मिळून आपण– वुई-मस्ट-ॲक्ट!

सौ. काशीकर : पण खरं झालंय तरी काय?

काशीकर : तुम्ही गप्प राहा. काय झालं असेल हो सुखात्मे? काही अंदाज?

सुखात्मे : (अंदाज असल्यासारखे) दॅट ईज द मिस्टरी!
[सामंत परेशान उभा.]
अँड आय थिंक, वुई नो द आन्सर टु धिस मिस्टरी!

कर्णिक
पोंक्षे
रोकडे
काशीकर
सौ. काशीकर : काय?

[आतल्या खोलीच्या दारात बेणारे येऊन उभी.]

सुखात्मे : (याची दखल नाही.) अरे लेको, साधा तर्क आहे. मिस्टर सामंतांनी जे पुस्तकातलं म्हणून सांगितलं त्यात तथ्य आहे! इट होल्ड्स वॉटर!

सौ. काशीकर : म्हणजे मिस बेणारे आणि प्रोफेसर दा–

सुखात्मे : येस. बियाँड अ शेड ऑफ डाउट! शंकाच् नको.

सौ. काशीकर : अगो बाई!

रोकडे : (आणखी धीट होऊन) मला आधीच ठाऊक होतं हे.

सुखात्मे : श्शू! श्शू!

[खोलीच्या दारात उभ्या असलेल्या बेणारेवर नजर जाऊन निस्तब्ध होतात. सगळेच तिच्याकडे पाहतात. ती एका निश्चयाने येऊन आपली छोटी बॅग आणि पर्स उचलते. बाहेर जाण्याच्या बंद दाराकडे जाऊ लागते...

बेणारे दाराची कडी काढते.

सगळे पाहताहेत.

दार उघडत नाही. ती दार ओढते. ते उघडतच नाही. ती जोरजोराने ते ओढते. ते बाहेरून बंद. ती निकराने ते ठोकते. जोरजोराने. जोरजोराने. परंतु ते बंद.

सामंत सोडून सर्वांच्या मुद्रेवर आता एक विलक्षण चमत्कारिक हर्ष उमटतो.]

सामंत : झालं? बाहेरून कडी लागली! हे असंच होतं या दाराचं. थांबा तुम्ही बाई– (उठून पुढे होतो. खटपट करतो.) बाहेरून येताना दार उघडताना कडी पुरती बाजूला खेचली नाही आणि आतून दार बंद करून घेतलं की खलास! बाहेरून दार बंद. ठरलेलं आहे हे. काही करा, उघडायचं म्हणून नाही. बरं, ऑफिस बंद असल्यानं बाहेरसुद्धा या वेळी कुणी नसणार. (दार पुन्हापुन्हा ठोकून पाहतो.) छे. (वाटेतल्या बेणारेला) बाई, कडी तुम्ही काढलीत तेव्हा चुकलं. ती पुरती बाजूला खेचायला हवी होती. [पुन्हा धडका देऊन पाहतो. उपयोग नाही. मग येऊन बाजूला उभा राहतो.]

बंद!

[बेणारे दाराशीच अजून पाठमोरी उभी.]

काशीकर : (कान एकाग्रतेने कोरीत) मला वाटतं सुखात्मे, या परिस्थितीत खटला पुढं चालू करावा.

सुखात्मे : (एकदम एका विकृत उत्साहाने, वकिली पद्धतीने वाकून) येस मिलॉर्ड. (डोळे चमकताहेत.) मिलॉर्ड, आरोपीलाच प्रथम साक्षीच्या पिंजऱ्यात बोलावलं जावं.

पडदा

अंक तिसरा

[तेच स्थळ. संध्याकाळ. पात्रांच्या दुसऱ्या अंकाअखेरच्या जागा.]

सुखात्मे : (एकदम एका विकृत उत्साहाने, वकिली पद्धतीने वाकून) येस मिलॉर्ड. (डोळे चमकताहेत.) मिलॉर्ड, आरोपीला प्रथम साक्षीच्या पिंजऱ्यात बोलावलं जावं.

काशीकर : (कान कोरीत) आरोपी कुमारी बेणारे, साक्षीच्या पिंजऱ्यात चला. पिंजऱ्यात चला मिस बेणारे.

[बेणारे तशीच.]

कमाल आहे! न्यायासनासमोर हे औद्धत्य? चोपदार रोकडे, आरोपीला पिंजऱ्यात ने.

रोकडे : (घाबरून, जरा शहारून) मी?

[बेणारे तशीच.]

सौ. काशीकर : मीच नेते थांबा. हवा कशाला तो? (बळेच बेणारेला आणू लागतात.) चल ग बेणारे.

[बेणारेला पिंजऱ्यात उभी करतात. तिच्या मुद्रेवर कोंडलेल्या जनावराचे भय.]

सुखात्मे : (बेणारेकडे पाहत काळा झगा समारंभपूर्वक चढवून) मिलॉर्ड, सदरहू खटल्याला आलेलं अत्यंत गंभीर स्वरूप पाहता न्यायमूर्तींनीदेखील आपला गाउन यानंतर चढवल्यास ते प्रभावी ठरेल अशी आमची सूचना आहे.

काशीकर : एक्झॅक्टली. रोकडे, माझा गाउन दे.
[रोकडे काळा झगा काढून देतो. तो मिस्टर काशीकर चढवतात. त्यासरशी त्यांचे गांभीर्य आणि भारदस्त्य वाढते.]

सुखात्मे : मिस्टर सामंत, मिसेस काशीकर, पोंक्षे, कर्णिक, तुम्ही तसे तिथं शिस्तीनं बसा.
[स्वत: नीटनेटके होऊन, डोळे मिटून एकदम ध्यानस्थ होतात. मग तोंडात हलक्या चापट्या मारून घेत कुठेतरी दोनचार नमस्कार करतात.]
कार्याला निघताना कुलदैवताची प्रार्थना करण्याची सवय लावली आहे वडिलांनी आम्हांला काशीकर. त्यानं कसं पवित्र वाटतं. मनाला शक्ती येते. (शक्ती आल्याप्रमाणे कुस्तीच्या मल्लासारखी एकदोन पावले इतस्तत: टाकून मग) गुड! नाउ टु बिझनेस. आरोपीला शपथ घेऊ द्या.
[रोकडे डिक्शनरी घेऊन बेणारेसमोर जाऊन उभा राहतो. बेणारे स्तब्ध. पुतळ्यासारखी.]

काशीकर : (टोपी सावरीत) आरोपी मिस बेणारे, शपथ घे.
[बेणारे स्तब्ध.]

सामंत : (हळूच) घेऊन टाका ना बाई. खेळ तर आहे सगळा.
[बेणारे स्तब्ध.]

सौ. काशीकर : (पुढे होत) आणा. मी घेववते, थांबा. (डिक्शनरी रोकडेकडून घेऊन) बेणारे, 'शपथ घेऊन सांगते की खरं बोलेन, खोटं बोलणार नाही'– म्हण.
[बेणारे स्तब्ध.]

काशीकर : कमाल आहे!

सौ. काशीकर : (डिक्शनरी रोकडेकडे देऊन) घेतली समजा ना शपथ. हात तर डिक्शनरीवर होता तिचा. विचारा काय ते तुम्ही आता, सुखात्मे.

काशीकर : आरोपी बेणारे, कोर्टाची जेणेकरून बेअदबी होईल असं वर्तन यानंतर पुन्हा होता कामा नये, अशी गंभीर ताकीद कोर्ट तुला

देत आहे. सुखात्मे, गो!

कर्णिक : फायर!

सुखात्मे : (बेणारेपुढे जरा फेऱ्या घालून, एकदम बोटाने निर्देश करून) तुमचं नाव लीला दामले.

सामंत : (एकदम) नव्हे नव्हे–बे-णा-रे. दामले ते प्रोफेसर.

सौ. काशीकर : तुम्ही ऐका हो जरा सामंत. तिला बोलू द्या.

सुखात्मे : मिस लीला बेणारे–

[ती न ऐकण्याचा न पाहण्याचा प्रयत्न करते आहे.]

तुमचं वय जरा कोर्टाला सांगा.

[पोज घेऊन उभे. ती ते सांगणार नाही या खात्रीने. बेणारे नि:स्तब्ध.]

काशीकर : आरोपी बेणारे, साक्षीदार या नात्यानं विचारलेल्या प्रश्नाचं उत्तर देण्याची जबाबदारी तुमच्यावर आहे. (किंचित थांबून) आरोपी बेणारे, वाट कसली पाहते आहेस? आन्सर द क्वश्चन.

सौ. काशीकर : तिनं कशाला सांगायला हवं मी म्हणते वय— मला आहे की अंदाज. बत्तिशीच्या वरच धरा. एखादं जास्तच, पण कमी नाही. चेहरा सांगतो की.

सुखात्मे : थँक यू मिसेस काशीकर.

काशीकर : वेट. थँक्यू मिसेस काशीकर काय? आरोपीनं अद्याप वय सांगितलेलं नाही. माझं पूर्ण लक्ष आहे. आरोपी बेणारे, वय?

सौ. काशीकर : पण मी...

काशीकर : आरोपीस विचारलेल्या प्रश्नांचं उत्तर अन्य कोणी दिल्यास ते स्वीकारण्याची पद्धत कोठल्याही कोर्टात रूढ नाही. तुम्ही मध्येमध्ये बोलत जाऊ नका. आरोपी, प्रश्नांचं उत्तर. आन्सर.

[बेणारे स्तब्ध.]

सामंत : काय आहे की बाईला वय विचारणं आपल्याकडे स्त्री दाक्षिण्याला....

काशीकर : विचारलेल्या प्रश्नाचं उत्तर न देण्याचा हा उद्धटपणा काय लावला आहे पण! इज धिस अ कोर्ट ऑर व्हॉट?

(टेबलावर हात आपटतात— 'इफेक्ट'साठी.)

पोंक्षे : बरोबर! ही कोर्टाची बेअदबी आहे!

काशीकर : आरोपीनं उत्तर न दिल्यास त्याबद्दल इलाज योजावा लागेल. धिस इज दी क्वश्चन ऑफ दी प्रेस्टीज ऑफ दी कोर्ट! आरोपीला उत्तरासाठी दहा सेकंद देण्यात येत आहेत. (घड्याळ पुढे धरतात.) नो मस्करी नाउ.

सुखात्मे : (दहाच्या सेकंदाला नाटकी पद्धतीने.) मिलॉर्ड, प्रश्नाचं उत्तर आरोपीच्या गप्प राहण्यानं मिळाल्यासारखंच असल्यानं आमचा प्रश्न आम्ही मागं घेतो. वुई टेक बॅक द क्वश्चन.

काशीकर : ऑल राइट. चौतिसात कमी नाही. मी लिहून देतो हवं तर. मी म्हणतो, पुन्हा एकवार समाजात बालविवाह रूढ झाले पाहिजेत. पदर यायच्या आत मुलींची लग्नं. सगळे अनाचार साफ बंद होतील. सगळ्यांत आमच्या समाजाचं नुकसान कोणी केलं असेल तर ते आगरकरांनी आणि धोंडो केशव कर्व्यांनी असं माझं स्पष्ट मत आहे, सुखात्मे. माय फ्रँक ओपिनियन.

सुखात्मे : (वकिली आदबीने) यस मिलॉर्ड.

[रोकडे वहीत काशीकरांचे वाक्य तेवढ्यात घाईने टिपून घेतो. बेणारे पिंजऱ्यात स्तब्ध.]

(बेणारेजवळ मागून जाऊन एकदम) मिस बेणारे.

[ती धसकून लांब ताठ होते.]

एवढ्या– या– वाढल्या– वयापर्यंत तुम्ही अविवाहित कशा काय राहिलात ते कोर्टाला तुम्ही सांगू शकाल काय? (वाट पाहून मग) माझा प्रश्न मी जरा बदलून विचारतो. आतापर्यंत विवाहाच्या किती संध्या तुमच्या आयुष्यात आल्या आणि त्या का गेल्या? कोर्टाला सांगा.

काशीकर : आन्सर. (घड्याळ काढून पुढे धरतात. ती स्तब्ध.) धिस इज टू मच बाबा!

सौ. काशीकर : बऱ्या बोलानं काहीही बोलायचं नाही, असं ठरवलेलं दिसतंय तिनं.

[ती स्तब्ध.]

सुखात्मे : मिलॉर्ड, आरोपीची तपासणी तात्पुरती संपवण्यात येत आहे.

नंतर योग्य वेळी ती पुन्हा काढली जाईल.

[बेणारे पिंजऱ्याबाहेर येऊन दाराकडे जाते. दार बंद. समोर पोंक्षे म्हणून बाजूला वळते. तेवढ्यात सौ. काशीकर तिला धरून आरोपीच्या पिंजऱ्यात नेऊन उभी करतात.]

काशीकर : नेक्स्ट विटनेस?

सुखात्मे : मिसेस काशीकर.

[यासरशी त्या उत्साहाने पदरबिदर सावरून साक्षीदाराच्या पिंजऱ्यात येऊन उभ्या राहतात.]

काशीकर : (सुखात्म्यांना) पाहा! याला उत्साह म्हणतात! नुसतं म्हणण्याची खोटी. येऊन उभ्या!

सौ. काशीकर : इतकं नको काही 'हे' करायला. (मग साक्षीच्या स्वरात) शपथ मी मघा घेतलीच आहे. बेणारे आणि मी— एकदमच शपथ झाली समजा. आणि मी खरंच बोलेन. मला कुणाची भीती आहे?

सुखात्मे : ठीक आहे. मिसेस काशीकर, तुम्ही जरा एक माहिती सांगू शकाल का? एवढ्या वयापर्यंत मिस बेणारे अविवाहित कशा काय राहिल्या?

सौ. काशीकर : त्यात काय? लग्न झालं नाही म्हणून.

सुखात्मे : दॅट्स इट. पण मिसेस काशीकर, वयाच्या बत्तिसाव्या—

काशीकर : (मध्येच) चौतीस— चौतीस धरा सुखात्मे— चौतीस!

सुखात्मे : चौतिसाव्या वर्षापर्यंत एका सुशिक्षित, घरंदाज मुलीचं-

सौ. काशीकर : मुलगी? अहो, बाई म्हणा! ही मुलगी म्हणजे मी तरुणीच की!

सुखात्मे : बाईचं म्हणू आपण— लग्न का न व्हावं? तुम्ही याचा खुलासा कसा कराल?

सौ. काशीकर : डोंबलाचा खुलासा! ज्यांना करायची असतात ना, त्यांची झक्कत होतात.

सुखात्मे : म्हणजे मिस बेणारेंना लग्न करायचंच नव्हतं असं-

सौ. काशीकर : तर काय? लग्नाशिवाय सगळं काही मिळालं म्हणजे हल्लीच्या काळात असं होतं. सुख हवं, पण जबाबदारी नको! तुम्हांला

सांगते, आमच्या काळी अगदी नकटी, काळी, कुबडी, कशीही असो, तिचं लग्न होतच असे. मिळवतेपणाचे थेर येतात तिथं सगळं चुकतं सुखात्मे. या मिळवतेपणाच्या नावाखाली सगळी अनीती बोकाळली आहे बघा समाजात.
[रोकडे वहीत टिपून घेतो. रोकडेला.]
झालं तुझं लिहून? (सुखात्म्यांना) विचारा पुढं.

सुखात्मे : तुम्ही म्हणालात की लग्नाशिवाय सगळं काही मिळालं म्हणजे असं होतं.

सौ. काशीकर : म्हणालेच.

सुखात्मे : सगळं काही म्हणजे उदाहरणार्थ काय ते सांगा पाहू, मिसेस काशीकर.

सौ. काशीकर : इश्श्य! (संकोच दर्शवतात.)

काशीकर : (कान कोरीत) आता या वयात कसल्या लाजता? उत्तर द्या आधी त्यांच्या प्रश्नाला. वयं वाढलं तरी समजूत वाढली नाही.

सौ. काशीकर : काही नको माझं वय काढायला!

काशीकर : आन्सर!

सौ. काशीकर : सगळं काही म्हणजे संसारात मिळतं ते सगळं.

सुखात्मे : आरोपी मिस बेणारे यांच्याविषयी असं म्हणणं अन्यायाचं होईल, असं नाही तुम्हांला वाटत?

सौ. काशीकर : मला नाही वाटत. हल्ली अशी पुष्कळ उदाहरणं दिसतात.

सुखात्मे : बाकीच्यांचं जाऊ द्या. मिस बेणारे यांच्यासंबंधी काही पुरावा तुमच्याकडे आहे काय? पुरावा? असल्यास सांगा बरं.

सौ. काशीकर : पुरावा दुसरा कशाला? तिचं वागणंच सांगतंय. आपलंच माणूस म्हणून बोलायचं नाही इतकंच. एरवी पुरुषमाणसांत— मी म्हणते कितीही ओळखीची असतील ती— म्हणून किती फ्री वागायचं लग्न न झालेल्या बाईमाणसानं, याला काही मर्यादा असते का नाही? मोठमोठ्यांदा हसते काय, गाते काय, नाचते काय, थट्टामस्करी काय करते. दिवस नाही, रात्र नाही, कुणाकुणाबरोबर एकटी काय फिरते—

सुखात्मे : (या पुराव्याने अपेक्षाभंग होऊन) मिसेस काशीकर, यानं फार तर माणसाचा मनमोकळा स्वभाव दिसतो असं म्हणता येईल.

सौ. काशीकर : मनमोकळा नव्हे. सगळ्याच बाबतींत मोकळा. आता बोलू नये, पण वेळ आली म्हणून कोर्टात बोलते. हे एवढं जरा धरा बरं. (विणकामाचे साहित्य सुखात्म्यांच्या हातात देतात.) रात्री कार्यक्रमानंतर घरी पोचवायला हिला प्रोफेसर दामलेच का लागतात?

[बेणारे निश्चयाने गप्प.]

सुखात्मे : (हुशारत) आय सी— रात्री कार्यक्रमानंतर घरी पोचवायला मिस बेणारे यांना प्रोफेसर दामलेच लागतात अं?

[पोंक्षे, कर्णिक यांच्या एकमेकांत खुणा.]

सौ. काशीकर : तर! एकदा आम्ही— म्हणजे हे आणि मी— परवाच्या सप्टेंबरातली गोष्ट— सप्टेंबरातलीच ना हो?

काशीकर : साक्षीत पोटसाक्षी नकोत. तुम्ही काय ते म्हणा.

सौ. काशीकर : सप्टेंबरच तो. ही एकटी जाणार रात्री म्हणून आम्ही म्हणालो की, 'तुला घरी सोडतो.' तर ही शिताफीनं दामल्यांबरोबर पळाली. शोधतो तर ही बेपत्ता.

सुखात्मे : (वकिली पद्धतीने सुखावून) पिक्युलिअर!

सौ. काशीकर : मघा 'खोटं आहे, कट आहे कट आहे' म्हणून कांगावा करीत होती. तर मग आता कशी गप्प राहिली आहे बघा. त्यावरनंच पाहा म्हणजे झालं. खऱ्याला मरण नाही. द्या ती लोकर इकडे.

सुखात्मे : (सुयांसकट लोकर सौ. काशीकर यांच्या हाती देत) मिसेस काशीकर, प्रोफेसर दामले हे एक संसारी— घरसंसारवाले— गृहस्थ आहेत—

सौ. काशीकर : हो. पाच मुलं आहेत त्यांना.

सुखात्मे : मग वडील माणूस म्हणून शुद्ध मनानं मिस बेणारे त्यांच्या सोबतीची अपेक्षा कशावरून करीत नसतील?

सौ. काशीकर : मग आम्ही— हे आणि मी— काय भुरटे भटके होतो? आणि दामले एक वडील माणूस, पण या बाळूचं काय?

[रोकडे मनस्वी दचकतो.]

सुखात्मे : (हुशारून) त्याचं काय मिसेस काशीकर? रोकडेचं काय?

[बेणारेची मुद्रा तंग.]

सौ. काशीकर : तेच सांगते. अहो, याच्याशीसुद्धा कार्यक्रमानंतर अंधारात बेणारेनं लगट केलीन ना. असं हा मला आपल्या तोंडानं सांगत होता. होय ना रे बाळू?

[कर्णिक सोडून इतरांत खळबळ. सुखात्मे तेज.]

रोकडे : (अशक्त सुरात) हो... नाही...

सामंत : (कर्णिकला) नाही हो. माझ्याबरोबर मघा एकट्या होत्या तर...

[कर्णिक त्याला गप्प करतो.]

सुखात्मे : मिसेस काशीकर, तुम्ही चला. तुमची साक्ष संपली. मिलॉर्ड, रोकडेला जरा पुन्हा साक्षीसाठी बोलावण्यात यावं.

[रोकडे जागच्या जागी अंग चोरतो. सुखात्मे फिरत बेणारेकडे जाऊन उभे. खाजगी स्वरात.]

बेणारेबाई, खेळाला रंग आलाय की नाही?

काशीकर : रोकडे, साक्षीला चल.

[बेणारेकडे न पाहता दबकत दबकत साक्षीच्या पिंजऱ्याकडे जाऊन उभा राहतो.]

सौ. काशीकर : (वाटेत) बाळू, खरं ते सगळं न भिता सांग.

सुखात्मे : (पिंजऱ्याकडे जाऊन). मिस्टर रोकडे— शपथ आधीच झाली आहे— मिस्टर रोकडे, तुम्ही आणि आरोपी मिस बेणारे यांच्या संबंधात मिसेस काशीकरांनी त्यांच्या साक्षीत एक अत्यंत खळबळजनक विधान केलं.

[रोकडे नकारार्थी मान हलवू लागतो.]

सौ. काशीकर : बाळू! तू म्हणाला नव्हतास वाटतं मला?

सुखात्मे : मिस्टर रोकडे, न घाबरता त्या रात्री कार्यक्रमानंतर जे जे घडलं, जे काही चांगलं-वाईट, मजेचं-त्रासाचं घडलं असेल ते सर्व कोर्टाला सांगा पाहू. ते तुमचं कर्तव्य आहे. कार्यक्रम संपला पुढं काय झालं?

रोकडे : (ताकद नाही.) मी— मला—

सुखात्मे : कार्यक्रम संपल्यावर आम्ही सर्व मंडळी कार्यक्रमाच्या ठिकाणाहून निघालो— पुढं?

कर्णिक : आणि ही दोघंच मागं राहिली...

सौ. काशीकर : तशी हिनं म्हणे याचा हात धरलान— बाळूचा.

पोंक्षे : गॉश!

सुखात्मे : आणि? आणि काय केलं रोकडे? आणखी काय घडलं? व्हॉट नेक्स्ट?

सौ. काशीकर : मी सांगते–

काशीकर : तुम्ही नका सांगू– त्याला सांगू दे. उगीच आपलं मध्ये मध्ये!

सुखात्मे : येस, मिस्टर रोकडे— अगदी निर्भयपणं सांगा— बी नॉट अफ्रेड–

काशीकर : अफ्रेड? आम्ही आहोत की इथं– काय मोगलाई आहे काय? [रोकडे अंदाज घेतो. आता धीट होतो. बेणारेविरुद्ध आपल्याला पुरेसे संरक्षण आहे हे त्याला जाणवते.]

रोकडे : (धीटपणे) माझा— माझा यांनी हात धरला.

सुखात्मे : येस?

रोकडे : तशी... तशी मी म्हणालो— हे बरं नव्हे, हे बरं नव्हे— मला... मला हे मुळीच आवडलेलं नाही— हे तुम्हांला शोभत नाही, असं— असं म्हणालो मी...

सुखात्मे : पुढं?

रोकडे : मी हात सोडवून घेतला. तशी त्या लांब झाल्या. मला म्हणाल्या की 'कुणाला सांगू नकोस जे घडलं ते.'

बेणारे : खोटं आहे हे!

काशीकर : (हातोडा आपटून) ऑर्डर! मध्ये व्यत्यय निर्माण केल्याबद्दल आरोपीला सक्त ताकीद देण्यात येत आहे. रोकडे, कंटिन्यू.

रोकडे : 'सांगितलंस तर मी तुझ्याविरुद्ध काहीतरी करीन' असं मला म्हणाल्या, अण्णा.

सुखात्मे : कधीची गोष्ट ही मिस्टर रोकडे?

रोकडे : आठ दिवसांपूर्वीची. डोंबिवलीतला आपला कार्यक्रम.

सुखात्मे : मिलॉर्ड, आरोपीनं रोकडेसारख्या आपल्याहून वयानं कमी— इतका की धाकटा भाऊ शोभावा— अशा एका मुलाबरोबर एकांतात अतिप्रसंग केला. इतकंच नव्हे, तर घडला प्रकार उघडकीस आल्यास परिणामाची धमकी दिली आणि आपलं पापाचरण गुप्त ठेवण्याचा प्रयत्न केला, असाच याचा अर्थ होतो.

सौ. काशीकर : पण सत्याला मरण नाही.

सुखात्मे : तुमच्याविरुद्ध काहीतरी करण्याची धमकी तुम्हांला आरोपीनं दिली, रोकडे— नेक्स्ट? पुढं काय झालं?

रोकडे : (हात अभावितपणे स्वत:च्या गालाकडे नेऊन) मी...मी थोबाडीत मारली.

पोंक्षे : व्हॉट?

कर्णिक : हाउ मेलोड्रॅमॅटिक!

रोकडे : हो— मी म्हणालो की, मला तुम्ही... तुम्ही समजलात तरी कोण? काय वाटेल ते करा, मी हे सांगितल्यावाचून राहणार नाही. म्हणून यांना— वहिनींना सांगितलं. हो.

काशीकर : सगळं तिला सांग, माझ्याकडे बोलू नकोस तू, रोकडे—

रोकडे : (अस्पष्ट) चुकलो अण्णा. मला वाटलं की... की नाही तरी तुम्हांला कळेलच— वहिनींकडून— म्हणून— मी–

सुखात्मे : पुढं काय घडलं, रोकडे? व्हॉट नेक्स्ट? व्हॉट– नेक्स्ट?

रोकडे : पुढं... पुढं...काही नाही. इतकंच. जाऊ मी?

सुखात्मे : येस, मिस्टर रोकडे–

[खिशातून एक चिटोरे काढून त्यावर मोठ्यांदा पुटपुटत नोंद घेतात : 'आठ दिवसांपूर्वी, डोंबिवलीचा कार्यक्रम.' रोकडे गडबडीने पिंजऱ्यातून बाहेर पडून लांब जाऊन घाम टिपीत उभा राहतो. मुद्रेवर तृप्ती.]

सौ. काशीकर : हे नंतरचं पण तू मला सांगितलंच नव्हतंस बाळू— थोबाडीत मारण्याचं—

सामंत : (पोंक्षेला) छे! विश्वासच बसत नाही.
[वातावरणात चांगलेच चैतन्य.]

पोंक्षे : (बसल्या जागेवरून, जोरजोराने पाइप फुंकीत) सुखात्मे, माय विटनेस— माझी साक्ष काढा. आता मला जरा बोलवा. (नजर केविलवाण्या बेणारेवर. स्वरात उतावीळपणा.) मला बोलवा.

काशीकर : सुखात्मे, कॉल पोंक्षे. लेट अस हिअर हिम— कॉल. एकदा ऐकून टाकू. बोलवा.

सुखात्मे : मिस्टर पोंक्ष्यांना साक्षीसाठी बोलावण्यात यावं.

रोकडे : मिस्टर पोंक्षे, साक्षीसाठी चला.
[पोंक्षे पिंजऱ्यात जाऊन उभा राहतो.]

पोंक्षे : पुन्हा शपथ घेऊ? ऑक्सफर्ड इंग्लिश डिक्शनरीवर हात ठेवून शपथ घेतो की–

काशीकर : समजलं. सुखात्मे, विचारा.

सुखात्मे : मिस्टर पोंक्षे, आरोपी मिस बेणारे यांच्याबद्दल—

पोंक्षे : (बेणारेवर नजर) सांगण्यासारखं माझ्याकडे महत्त्वाचं काही आहे.
[बेणारे बसल्याजागी ताठरलेली.]
त्यांना एवढंच विचारा की, त्यांच्या पर्समध्ये 'टिक ट्वेंटी' त्या कशाला ठेवतात?
[बेणारे झटका बसावा तशी होते.]

सौ. काशीकर : हे आणखी काय?

पोंक्षे : हे ढेकूण मारण्याचं जालीम विषारी औषध आहे. प्रसिद्ध आहे हे.

सामंत : (कर्णिकला) घरी नेत असतील–

सुखात्मे : 'टिक ट्वेंटी' हे भयंकर विषारी औषध आरोपी बेणारे यांच्या पर्समध्ये तुम्हांला कसं आणि केव्हा आढळलं ते सांगाल का, मिस्टर पोंक्षे?
[बेणारे करकचून ताठ झालेली.]

पोंक्षे : हो. त्यांची एक छोटी विद्यार्थिनी माझ्या चाळीतच राहते. सुमारे

दहा दिवसांपूर्वी एके दिवशी ती माझ्याकडे आली आणि म्हणाली की, आमच्या बाईनी तुम्हांला हे दिलं आहे.

काशीकर : टिक ट्वेंटी?

पोंक्षे : ती पाकिटात बंद केलेली एक चिठ्ठी होती. मी पाकीट फोडलं तर आत आणखी एक पाकीट होतं. तेही बंद होतं. त्यात एक कागद होता. त्यावर लिहिलं होतं की, 'मला भेटाल का? काम आहे. दुपारी सव्वाला शाळेपलीकडच्या उडपी हॉटेलात बसा. मी तेथे येते.' अर्थात मला ते मुळीच आवडलं नाही. पण मी म्हणालो, काय गंमत आहे पाहू तरी. म्हणून गंमत म्हणूनच गेलो. पाच मिनिटांनी मिस बेणारे चोरट्या चेहऱ्यानं, घाईनं तिथं आल्या.

[बेणारे आणखी ताठरलेली.]

सुखात्मे : आय सी–

काशीकर : मग? पुढं काय झालं, पोंक्षे?

पोंक्षे : त्या म्हणाल्या, 'इथं बाहेर नको– कुणी पाहील– फॅमिली रूममध्ये बसू या.'

सौ. काशीकर : वा.

पोंक्षे : म्हणून आम्ही फॅमिली-रूममध्ये बसलो. चहा मागवला. मिस बेणारे यांचं माझ्याकडे असलेलं काम झाल्यावर त्यांनी रुमाल काढण्यासाठी पर्स उघडली. तर पर्समधून एक बाटली घरंगळली–

[क्षणभर स्तब्धता.]

सुखात्मे : ती 'टिक ट्वेंटी'ची होती. गुड! पण मिस्टर पोंक्षे, तुम्ही आणि मिस बेणारे यांच्यात त्याआधी काय झालं— म्हणजे त्यांचं तुमच्याकडे असलेलं काम— ते तुम्ही सांगितलंच नाहीत.

[बेणारे शब्दांअभावी आवेगाने नकारार्थी मान हलवते आहे.]

पोंक्षे : माझ्याशी लग्न करण्याची इच्छा त्यांनी प्रकट केली.

कर्णिक :
सौ. काशीकर : } काय!!

[रोकडे आणि सर्वच थक्क.]

काशीकर : हे भलंतच इंटरेस्टिंग दिसतंय सुखात्मे–

सुखात्मे : टू, मिलॉर्ड, इट ईज अँड इट विल बी! (बेणारेवर बुभुक्षित वकिली नजर.) तुमच्यावर प्रेम वगैरे असल्याचं त्यांनी तुम्हांला सांगितलं?

पोंक्षे : नाही. पण आपल्याला दिवस गेले असल्याचं सांगितलं.
[खळबळ. बेणारे काळीठिक्कर पडून अधोमुख, दगडासारखी बसलेली.]

कर्णिक : खरं म्हणतोस पोंक्ष्या?

पोंक्षे : मग काय खोटं बोलतो?

काशीकर : कुणापासून? कंटिन्यू पोंक्षे— कंटिन्यू— थांबू नका.

सुखात्मे : मिस्टर पोंक्षे–

पोंक्षे : मिस बेणारे यांना ज्याच्यापासून दिवस गेले होते— असं त्या म्हणाल्या— त्याचं नाव कुणाला न सांगण्याची शपथ त्यांनी मला घातली. आतापर्यंत ती मी पाळली.

सौ. काशीकर : पण कुणापासून?

काशीकर : गप्प राहायला काय घ्याल? द कॅट विल बी आउट ऑफ द बॅग. उतावळ्या होऊ नका. पण मला कळत नाही पोंक्षे, म्हणजे एकापासून दिवस गेल्याचं तुम्हांला सांगून मिस बेणारेंनी तुमच्यापाशी, म्हणजे दुसऱ्याशी, लग्न करण्याची इच्छा प्रकट केली?

पोंक्षे : एक्झॅक्टली.

सुखात्मे : ह्यावर तुम्ही काय म्हणालात मिस्टर पोंक्षे? मानवतावादी विशाल दृष्टिकोनातून सवत्स धेनूचा स्वीकार करण्याला तयार झालात?

पोंक्षे : उत्तर स्पष्ट आहे.

सुखात्मे : अर्थात तयार झाला नाहीत.

पोंक्षे : येस.

सुखात्मे : 'टिक् ट्वेंटी'ची बाटली मिस बेणारे यांच्या पर्समधून बाहेर घरंगळली मिस्टर पोंक्षे, ती यानंतर!

पोंक्षे : ऑफ कोर्स. मीच ती त्यांना उचलून परत केली. त्यांचं माझं

संपूर्ण संभाषण सांगू? हवं असलं तर तेही सांगतो.

बेणारे : (उसळून उभी राहत) नाही! नाही! नाही...

काशीकर : (हातोडा आपटून) सायलेन्स! मिस्टर पोंक्षे, संभाषण सांगा. (सुखात्म्यांना) आता नाव येईल बाहेर–

बेणारे : नाही— शपथ आहे तुम्हांला पोंक्षे—

सुखात्मे : मिस्टर पोंक्षे, मिस बेणारेंना एवढं संकट पडावं असं संभाषण तरी तुमच्यात काय झालं?

काशीकर : सांगा तुम्ही पोंक्षे— थांबू नका— सांगा चटकन— सामाजिक महत्त्वाचा मुद्दा आहे हा—

पोंक्षे : पण त्यांना ते आवडणार नाही.

काशीकर : (हातोडा आपटीत) इथे जज्ज कोण आहे पोंक्षे? आरोपीच्या आवडीनिवडीचा सवाल कोर्टात कधीपासून येऊ लागला? फ्रॉम व्हेन? आय से, कंटिन्यू–

बेणारे : (पोंक्षेसमोर येऊन) पोंक्षे—

काशीकर : (हातोडा आपटीत) ऑर्डर! आरोपी पिजऱ्यात! आरोपी पिजऱ्यात! रोकडे, आरोपीला पिजऱ्यात ने.

[रोकडे थोडा पुढे होऊन अडतो.]

बेणारे : सांगूनच पाहा तुम्ही पोंक्षे—

काशीकर : आरोपी— पिजऱ्यात चला— रोकडे— पिंजरा—

सौ. काशीकर : (पुढे होऊन बेणारेचा हात धरून) आधी तिथं उभी राहा बरं. चल. रोकडे, धर हात—

[रोकडे नुसताच मागोमाग जातो.]

चल ग. चल.

[तिला ओढतच नेऊन पिंजऱ्यात उभी करतात. सौ. काशीकर आणि रोकडे पाहाऱ्यावर राहतात.]

काशीकर : शिस्त म्हणजे शिस्त. बोला तुम्ही पोंक्षे. काय काय संभाषण झालं? माझं कानकोरणं... (शोधून) सांगा.

सुखात्मे : मिस्टर पोंक्षे, संभाषण काय झालं?

पोंक्षे : प्रथम इकडचंतिकडचं बोलणं झालं, 'म्हणजे सुखात्मे तसा

बरा माणूस, पण नशिबानं उबला आहे बिचारा! वकिली चालत नाही— बाररूमध्ये पेशन्स खेळत बसतो— आपली केस याच्याकडे गेली की जेल नक्की, अशी प्रसिद्धी आहे म्हणे— जज्जपुढं दातखीळ बसते...'

सुखात्मे : (चीड आणि अपमान गिळीत) आय सी— येस— बोला तुम्ही—

पोंक्षे : 'काशीकर रोकडेला फार छळतात, कारण आपल्या बायकोचं आणि त्याचं सूत आहे असा त्यांना सारखा संशय वाटतो. कारण मूल नाही ना—'

सौ. काशीकर: असं म्हणाली? (दुखावलेल्या. बेणारेकडे खाऊ की गिळू अशा पाहताहेत.)

काशीकर : (जोरजोराने कान कोरीत) बोला— पुढं बोला पोंक्षे—

पोंक्षे : असं थोडंसं बोलणं झाल्यावर मग विषय निघाला.

कर्णिक : वेट. माझ्याबद्दल काय म्हणाली पोंक्ष्या?

पोंक्षे : काही नाही.

कर्णिक : म्हणाली असेल— मी टुकार नट आहे— नाहीतर काहीतरी— मला आहे तिचं मत माहीत. ओळखून आहे मी.

पोंक्षे : त्यांनी गंमतीत विचारलं की, 'तुमचं कुठं जमलं आहे की नाही? तर मी म्हणालो, 'माझ्या मनासारखं काही मिळाल्याशिवाय मी लग्न करण्यात इंटरेस्टेड नाही.' त्यांनी विचारलं, 'मनासारखं म्हणजे कसं? अपेक्षा काय आहेत?' तर मी म्हणालो, 'सर्वसाधारणपणे पोरी खुळचट आणि मूर्ख असतात, असं माझं मत आहे. आय वॉंट अ मॅच्युअर पार्टनर.' तसं त्यांनी विचारलं, 'मॅच्युरिटी म्हणजे बुद्धीची परिपक्वता माणसाला अनुभवातून येते, असं नाही का तुम्हांला वाटत?' मी म्हणालो, 'ठाऊक नाही.' तशी त्या म्हणाल्या, 'आणि अनुभव वयानं येतो, जरा वेगळ्या प्रकारच्या जगण्यानं येतो आणि असा अनुभव मोठासा सुखाचा नसतो; घेणाऱ्याला त्याचा त्रास होतोच आणि इतरांना तो सहजासहजी पत्करवत नाही. पण तुम्ही

पत्करायला तयार व्हाल? म्हणजे खरोखरी मॅच्युअर माणूस, समजा, तुमच्याहून वयानं, शिक्षणानं जास्त असलं तरी?' मी म्हणालो, 'मी त्याचा सीरियसली विचार अद्याप केलेला नाही.' त्या म्हणाल्या, 'मग तो तुम्ही करावा अशी माझी सूचना आहे.' मी विचारलं, 'म्हणजे तुमच्या नजरेत कुणी होतकरू मुलगी आहे वाटतं?' त्या म्हणाल्या,
'हो. ती तुम्हांला हवी तशी आहे असं मला वाटतं. फक्त तुम्ही तिचं वेगळेपण समजून घेतलं पाहिजे.' मला कळेना, माझं लग्न जमवण्याचा यांचा खटाटोप का चालला आहे? मी उगीच विचारलं, 'वेगळेपण म्हणजे कसं काय म्हणता?' तेव्हा त्यांनी सांगितलं की, 'त्या मुलीचा दारुण प्रेमभंग झाला आहे?,...आणि थांबा, नक्की आठवतो- हां- 'त्या प्रेमाचं फळ—' इथं जरा अवघडल्या आणि म्हणाल्या की— 'तिच्या पोटात आहे. वास्तविक तिचा काहीच दोष नाही, पण तिची परिस्थिती फारच वाईट आहे आणि तिला ते मूल वाढवायचं आहे. खरं म्हणजे त्याच्यासाठीच ती यानंतर जगण्याचा आणि लग्नाचा विचार करते.' वगैरे बोलू लागल्या. मला संशय आला. म्हणून खरं काय ते काढून घेण्यासाठी मी म्हणालो, 'अरेरे! बिचारीचं फारच वाईट झालं. कोण तो अधम माणूस?'

सुखात्मे : त्यावर त्यांनी सांगितलं की प्रोफेसर दामले आहेत?

पोंक्षे : नव्हे. त्या आधी म्हणाल्या की, 'कृपा करून अधमबिधम म्हणू नका— कदाचित तो चांगलाच असेल— तो फार मोठा, बुद्धीनं उंच असेल— तीच कमी पडली असेल. तिला त्याच्याविषयी काय आणि किती वाटतं ते ती त्याला पटवून देऊ शकली नसेल— महत्त्व त्याला नाही, महत्त्व त्या मुलाला आहे.'

सुखात्मे : आणखी?

पोंक्षे : आणखी म्हणाल्या की, 'तिनं त्या माणसाच्या बुद्धिमत्तेची भक्ती केली आणि त्याला तिचं शरीरच फक्त समजलं.' त्यापुढं त्या

आणखीही बोलल्या— साधारण याच लाइनवर— तिला दामल्यांच्या संसारात जागा मिळणं शक्य नाही— त्यांचं—

सामंत
कर्णिक } : दामल्यांच्या?
सुखात्मे

काशीकर : (टेबलावर हात आपटून) द कॅट ईज आउट ऑफ द बॅग!

पोंक्षे : खरं म्हणजे नाव न सांगण्याला मी शपथेनं बांधला गेलो होतो, पण—

सुखात्मे : डजण्ट मॅटर मिस्टर पोंक्षे, डजण्ट मॅटर ॲट ऑल. अनवधानानं मोडलेल्या शपथेचं पाप लागत नाही— कोर्टात तरी नाही. म्हणजे ते पोटातलं मूल प्रोफेसर दामले यांचं? बोला पुढं—

पोंक्षे : आणि त्यांनी माझे पाय धरले.

काशीकर : आय सी— आय सी—

पोंक्षे : होय, त्यांनी माझे पाय धरले. तशी मी म्हणालो, 'हे तुम्हांला शोभत नाही मिस बेणारे. तुम्ही मला हे विचारणं हाच मी माझा अपमान समजतो. मी काय तुम्हांला इतका हलका माणूस वाटलो?' माझा चेहरा पाहून त्या एकदम उठल्या आणि एकदम हसत म्हणाल्या, 'मी काय सगळं खरं बोलते आहे असं तुम्हांला वाटलं? मी तुमची गंमत केली!' —बस्स! आणि हसत सुटल्या.

सौ. काशीकर : गंमत. अं!

पोंक्षे : पण त्यांच्या डोळ्यांत पाणी होतं— त्यावरून काय ते स्पष्ट होतं. मग त्या गडबडीनं गेल्या— उशीर झाला म्हणत—

सुखात्मे : थँक यू मिस्टर पोंक्षे, फॉर द व्हॅल्युएबल प्रुफ यू हॅव गिव्हन. [पोंक्षे पिंजऱ्याबाहेर पडतो. सुखात्मे चिटोरे काढून मोठ्यांदा पुटपुटत टिपून घेतात : 'दहा दिवसांपूर्वी. रोकडे यांचा हात धरण्याच्या प्रसंगाआधी दोन दिवस.']
दॅट्स फाइन. मिलॉर्ड, या पुराव्यावर मल्लीनाथीची गरजच नाही. इतका तो स्पष्ट आणि बोलका त्याचप्रमाणं संशयातीत

आहे. आरोपीनं आधी मिस्टर पोंक्षे यांना गाठलं. तिथं डाळ शिजत नाही असं पाहिल्यावर रोकडेशी अतिप्रसंग केला. यानंतरची साक्ष आरोपीची. मिलॉर्ड—

[बेणारेकडे निर्देश. ती अर्धमेली वाटते आहे.]

कर्णिक : (नाटकी पद्धतीने वर हात करून) वेट! वेट! मला या खटल्यात काही महत्त्वपूर्ण माहिती उघड करण्याची इच्छा आहे.

सुखात्मे : मिस्टर कर्णिक, इन द बॉक्स.

[तो येऊन नाटकीपणेच उभा राहतो. मिस्टर काशीकर जोराजोराने कान कोरताहेत.]

स्पीक, मिस्टर कर्णिक, कोर्टाला काय सांगण्याची तुमची इच्छा आहे?

कर्णिक : (नाटकीपणे) आरोपी मिस बेणारे आणि रोकडे यांच्या संबंधात जो पुरावा रोकडे यांनी कोर्टापुढं निवेदन केला तो चुकीचा आहे.

रोकडे : (किरट्या आवाजात एकदम) तुमचा काय संबंध?

कर्णिक : (नाटकीपणाने) कारण या प्रसंगात जे बोललं गेलं आणि घडलं त्याला मी अपघातानंच साक्षी होतो.

काशीकर : (कानकोरणे साफ करीत) कोणत्या? फार गुंतागुंत न करता आता काय ते सांगा–

कर्णिक : (नाटकीपणे) आयुष्य हीच आज एक गुंतागुंतीची गोष्ट झाली आहे. पाश्चात्य न नाटककार आयनेस्को–

काशीकर : (हातोडा आपटून) टु दि पॉइंट! विषयांतर नको. विषयाला धरून बोला.

कर्णिक : गुंतागुंतीचा विषयच निघाला म्हणून बोललो.

सुखात्मे : आरोपी बेणारे आणि रोकडे यांच्या संबंधात कोर्टापुढे जे सांगितलं गेलं त्यात तुम्ही कोणती दुरुस्ती सुचवता, मिस्टर कर्णिक?

कर्णिक : सत्याला स्मरून मला हे सांगितलं पाहिजे की रोकडे यांनी आरोपीच्या श्रीमुखात मारली नाही.

रोकडे : (किरट्या स्वरात) खोटं आहे–

कर्णिक : घडलं ते साधारण असं होतं. आरोपीनं रोकडेला गाठलं. मी ते पाहिलं. म्हणून पुढं काय सिच्युएशन घडते ते पाहण्यासाठी एकीकडं अंधारात उभा राहिलो. आरोपीनं विचारलं, 'मग काय ठरवलंत तुम्ही?' रोकडेचे शब्द आले, 'वहिनींच्या परवानगीशिवाय मला काही करता येत नाही. मला गळ घालू नका.' आरोपीनं पुन्हा विचारलं, 'वहिनींच्या गुलामगिरीत राहून आणखी किती आयुष्य घालवणार?' त्यावर रोकडे म्हणाला, 'त्याला इलाज नाही. एखाद्याचं नशीब असतं. मला लग्नाचा विचार करता येत नाही.' आरोपी म्हणाला, 'पुन्हा विचार करा. तुम्हांला मी पोसेन. कसलीही भ्रांत मग तुम्हांला असणार नाही. वहिनी-अण्णांना घाबरण्याचं काहीसुद्धा कारण उरणार नाही. तुम्ही स्वतंत्र असाल.' तर रोकडे म्हणाला, 'मला भीती वाटते. आणि तुमच्या या अशा स्थितीत मी लग्न केलं तर जग माझ्या तोंडात शेण घालील. आमच्या घराण्यात असं कुणी केलं नाही. तुम्ही माझ्यावर अवलंबून राहू नका. नाहीतर वहिनींना सांगेन.' यावर तिरमिरून आरोपीनं–

रोकडे : (किरट्या स्वरात) खोटं आहे–

कर्णिक : रोकडेच्या श्रीमुखात मारली.

[अभावितपणे रोकडेचा हात गालावर.]

रोकडे : खोटं आहे हे— साफ खोटं आहे—

[सौ. काशीकर रागारागाने त्याच्याकडे पाहताहेत.]

सुखात्मे : थँक यू, मिस्टर कर्णिक. म्हणजे आरोपीनं साक्षीदार रोकडे याला लग्नाविषयी गळ घातली हे सत्यच; फक्त श्रीमुखात कुणी कुणाच्या मारली याबद्दल तुमचं म्हणणं वेगळं आहे.

कर्णिक : म्हणणंच नव्हे तर पाहणंसुद्धा.

सुखात्मे : दॅट्स सो, मिस्टर कर्णिक— (पिंजऱ्याबाहेरची वाट दर्शवितात.)

कर्णिक : मला आणखीही काही म्हणायचं आहे.

काशीकर : उगाच भानगडीचं काही नसेल तर ऐकवा. गुंतागुंत नकोय!

कर्णिक : मिलॉर्ड—

काशीकर : (हातोडा आपटून) ऑर्डर. तुम्ही स्वत:ला वकील समजलात की काय? साक्षीदारासारखं साधं 'न्यायमूर्तिमहाराज' असं म्हणा.

कर्णिक : न्यायमूर्तिमहाराज—

काशीकर : हां. ही रीत. बोला. पण गुंतागुंत नकोय! सारं काही सोपं आणि सरळ हवं.

रोकडे : (हळूच सौ. काशीकरांना, केविलवाणा) वहिनी—

सौ. काशीकर : बोलू नकोस मुळीच माझ्याशी.

रोकडे : पण वहिनी—

[त्या तोंड फिरवतात. रोकडे आणखीच केविलवाणा.]

कर्णिक : न्यायमूर्तिमहाराज, आरोपीचा एक मावसभाऊ माझ्या ओळखीचा आहे. म्हणजे अगदी योगायोगानंच त्याची-माझी ओळख दादर जिमखान्यावर एका क्रिकेट मॅचच्या निमित्तानं झाली. म्हणजे आमचा दोघांचाही एक फ्रेंड 'बॅचलर्स एलेव्हन' मधून खेळत होता. माझ्या फ्रेंडचा तो फ्रेंड आरोपीचा मावसभाऊ असल्याचं माझ्या फ्रेंडनं मला सांगितलं. माझा फ्रेंड आरोपीला ओळखतो. म्हणजे तसा प्रत्यक्ष नव्हे; पण बरेचजण आरोपीला ओळखतात, तसाच तोही ओळखतो. म्हणजे काय आहे की आरोपीविषयी त्याला माहिती आहे.

काशीकर : आय सी. मग असे गप्पा मारल्यासारखे कुणाला सांगताय? कोर्टाचा मान राखा.

कर्णिक : (मान राखणारी पोज घेऊन) येस. तर आरोपीविषयी त्याच्या मावसभावाच्यात आणि माझ्यात– नुकतेच आम्ही भेटलो असता, सहज म्हणून विषय निघाला असता, त्यानं काही महत्त्वाची इन्फर्मेशन म्हणजे माहिती मला दिली.

सुखात्मे : उदाहरणार्थ?

कर्णिक : उदाहरणार्थ, आरोपीनं आत्महत्येचा प्रयत्न एकदा केला होता.

सुखात्मे : (उजळून) दॅट्स दि पॉइंट! टिक ट्वेंटीच्या बाटलीला परंपरा आहे!

कर्णिक : मी असंच म्हणू शकत नाही. काय घडलं तेवढंच मी सांगतो

आहे. तर हा आत्महत्येचा प्रयत्न आरोपीनं प्रेमनिराशेपायी केला अशी माझी इन्फर्मेशन आहे. निराशेत संपलेलं हे प्रेम आरोपीनं त्याच्याच मामावर वयाच्या पंधराव्या वर्षी केलं.

सौ. काशीकर : (स्तंभित) मामा!

सुखात्मे : मिलॉर्ड, मामाशी म्हणजे आईच्या भावाशी अनैतिक संबंध!

काशीकर : म्हणजे मात्रागमनीपणाच्या अलीकडचा टप्पा! वा, सुखात्मे, वा!

सुखात्मे : मिलॉर्ड, 'वा!' कसला? आरोपीचं चालू वर्तन तर संपूर्णपणं बहकलेलं आहेच; पण भूतकाळही पापांनी बरबटलेला आहे, असं यावरून सूर्यप्रकाशाइतकं स्वच्छ दिसतं.

[बेणारे धडपडत उठून दाराकडे निघते. सौ. काशीकर तिला खस्सदिशी धरून पुन्हा पिंजऱ्याकडे आणतात.]

सौ. काशीकर : चाललीस कुठं? दार बंद आहे. बस इथं.

कर्णिक : माझं बोलून संपलं आहे.

[काशीकरांना नाटकी अभिवादन करून साक्षीच्या पिंजऱ्यातून बाहेर पडून मूळ जागी जातो.]

काशीकर : (एकदम कसली तरी आठवण व्हावी तसे टेबलावर जोराने हात आपटून) शंकाच नको! सुखात्मे, शंकाच नको!

सुखात्मे : कशाबद्दल, मिलॉर्ड?

काशीकर : ते सांगतो. सुखात्मे, कोर्टाची परंपरा बाजूस ठेवून आता यानंतर मी महत्त्वाची साक्ष देऊ इच्छितो.

सुखात्मे : मिलॉर्ड?

काशीकर : या खटल्याला फार मोठं सामाजिक महत्त्व आहे, सुखात्मे. थट्टा नव्हे! कोर्टाची रूढ परंपरा बाजूस ठेवून मला साक्ष दिलीच पाहिजे. सुखात्मे, परवानगी विचारा! आस्क मी, आस्क!

सुखात्मे : मिलॉर्ड, खटल्याचं महत्त्व लक्षात घेऊन, रूढ परंपरेला अपवाद करून, खुद्द न्यायदेवतेला साक्षीच्या पिंजऱ्यात येण्याला परवानगी देण्यात यावी.

काशीकर : पर्मिशन ग्रँटेड. (पिंजऱ्यात येऊन उभे राहतात.) क्रॉस मी!

कमॉन– (बोलण्यासाठी फुरफुरताहेत. नजर बेणारेवर.) शंकाच नको!

सुखात्मे : (वकिली पवित्रा घेऊन) मिस्टर काशीकर, आपला व्यवसाय?

काशीकर : सोशल वर्कर ऊर्फ सामाजिक कार्यकर्ता.

सुखात्मे : आरोपीला आपण ओळखता?

काशीकर : चांगलाच! समाजाला लागलेली ही एक अनैतिक कीड आहे असं माझं स्पष्ट मत आहे– या बिनलग्नाच्या प्रौढ मुली.

सुखात्मे : (विशेष वकिली पवित्रा घेऊन) विचारल्याशिवाय मत देऊ नका, मिस्टर काशीकर!

काशीकर : मत ते मत! ते देण्याला मी कुणाचीही वाट पाहणार नाही.

पोंक्षे : ब्राव्हो!

सुखात्मे : नका पाहू. मिस्टर काशीकर, या कोर्टात आरोपीवर ठेवण्यात आलेल्या आरोपासंबंधात काही महत्त्वाचा पुरावा आपण कोर्टासमोर ठेवू शकता काय?

काशीकर : त्याचसाठी तर मी इथं उभा आहे.

सुखात्मे : बोला.

काशीकर : (बेणारेकडे पाहत) मुंबईतले नामवंत पुढारी नानासाहेब शिंदे यांच्याकडे माझं बरंच जाणंयेणं आहे. अर्थात सामाजिक कार्याची आवड हा त्यांच्या-आमच्यातला दुवा आहे. शिवाय ते शिक्षणमंडळीचे अध्यक्ष आहेत. बाकी त्यांचं मोठेपण वेगळं. आमचं वेगळं. तो प्रश्न इथं नाही. पण मध्यंतरी त्यांच्याकडे असाच– रात्री नऊचा सुमार असेल— काही कामानिमित्ते बसलेला असताना शेजारच्या खोलीत एक संवाद चाललेला मी ऐकला.
[बेणारे दचकलेली.]
या संवादात एक आवाज आमच्या नानासाहेबांचा होता, पण दुसराही आवाज जरा परिचयाचा वाटला.

सौ. काशीकर : कुणाचा तो?

काशीकर : सुखात्मे, द्या, ताकीद द्या. साक्षीत मध्येमध्ये व्यत्यय येता कामा नये! तर तो दुसरा आवाज कुणाचा, हे कळण्याआत तो

संवाद आटोपला आणि थोड्याच वेळात नानासाहेब बाहेर आले. ओघात त्यांच्याकडे चौकशी करता ते म्हणाले की, 'आमच्या शिक्षणमंडळीच्या हायस्कुलातल्या एक मास्तरीणबाई आल्या होत्या. एकसारख्या त्या येत आहेत. त्यांच्याबद्दलची एक चौकशी ड्रॉप करण्यात यावी असं त्या मागतात. बाई तरुण आहे, एकदम नाही म्हणणं जमलं नाही. पुन्हा निवांतपणं बोलावलं आहे.' या बाई कोण, मला अर्थात उत्सुकता लागून राहिली. नानासाहेब तेव्हा बोलले नाहीत तरी आता पत्ता लागला, की त्या बाई दुसऱ्यातिसऱ्या कोणी नसून या– म्हणजे बेणारेबाईच होत्या. एकशे एक टक्के खात्री झाली आहे आपली! तोच तो आवाज! शंकाच नको!

सौ. काशीकर : अगो बाई!

काशीकर : खात्री कशी ते विचारा सुखात्मे तुम्ही, कारण आजच सकाळी नानासाहेबांचा वाढदिवस म्हणून त्यांना हार घेऊन पोचलो. तिथं फोनवरून नानासाहेब रागानं कुणाशी तरी बोलत होते. 'विवाहापूर्वी गर्भधारणा म्हणजे अनीती. अशा बाईला अशा स्थितीत शिकवू देणे ही फारच मोठी अनीती. या बाईला कामावरून काढून टाकण्याशिवाय दुसरा मार्ग नाही' असं ते सांगत होते. शेवटी, 'ऑर्डर सहीसाठी आजच पाठवा' असा हुकूम त्यांनी दिला.

[बेणारेला धक्का.]

आता यावरून दुसरं कोण येतं तुमच्यासमोर, सांगा! मी म्हणतो, बेणारेबाईच!

सामंत : अरेरे! नोकरी सुटणार का हो त्यांची?

सुखात्मे : नो इलाज, मिस्टर सामंत. टिट फॉर टॅट! करावं तसं भरावं हा जीवनाचा नियम आहे.

[रोकडे वही उघडून लिहून घेतो.]

पण मिस्टर काशीकर, त्या बाई याच– निखालसपणं आपल्या बेणारेबाई– असं कशावरून तुम्हांला वाटलं?

काशीकर : अहो, एवढी साधी गोष्ट न कळण्याला मी काय दुधखुळा आहे का काय? समाजाचा माझा चाळीस वर्षांचा अभ्यास आहे. आहात कुठं? 'ता' वरून मला 'ताकभात' ओळखता येतो. माझ्या मनात माझ्या तर्काच्या सत्यतेबद्दल इतकीसुद्धा शंका नाही. त्या बेणारेबाईच होत्या. उद्या ती ऑर्डर त्यांना मिळते आहे की नाही पाहा म्हणजे झालं. बडतर्फीची ऑर्डर! हेच मला इथल्या रेकॉर्डसाठी नमूद करायचं होतं. (साक्षीच्या पिंजऱ्यातून थेट न्यायासनावर जाऊन बसतात.) प्रॉसिक्यूशन कंटिन्यू.

[बेणारेच्या हाती छोटी बाटली. ती ती तोंडाला लावणार एवढ्यात कर्णिक झटक्याने पुढे होऊन बाटली उडवतो. बाटली घरंगळते आणि पोंक्षेच्या पायाशी जाते.]

पोंक्षे : (उचलून पाहून, न्यायमूर्तीच्या टेबलावर ठेवीत) टिक ट्वेंटी,

[सामंत हबकलेला. काशीकर ती पाहून ठेवून घेतात.]

काशीकर : प्रॉसिक्यूशन कंटिन्यू–

सुखात्मे : या अखेरच्या अत्यंत महत्त्वपूर्ण साक्षीनं साक्षीचं काम आमच्यापुरतं पुरं झालं आहे. मिलॉर्ड, द केस फॉर द प्रॉसिक्युशन रेस्ट्स. (भयंकर थकल्यासारखे जाऊन खुर्चीत बसतात.)

काशीकर : (न्यायमूर्तीच्या गंभीरपणे) अॅटर्नी फॉर द अॅक्यूज्ड!

[सुखात्मे आरोपीच्या वकिलाच्या म्हणून असलेल्या नजिकच्या स्टुलावर जाऊन मान टाकून बसतात.]

तुमच्या बाजूचे साक्षीदार असल्यास बोलवा.

सुखात्मे : (मरगळल्या पद्धतीने उठून, वकिली अभिवादन करून, तशा स्वरात) येस मिलॉर्ड. आमचे पहिले साक्षीदार आहेत प्रो. दामले.

रोकडे : (चोपदारप्रमाणे) दामलेऽऽ हाजिर? प्रो. दामलेऽऽ हाजिर? (काशीकरांना) प्रो. दामले गैरहाजिर.

काशीकर : (सुखात्म्यांना) नेक्स्ट विटनेस प्लीज.

सुखात्मे : अवर नेक्स्ट विटनेस, नानासाहेब शिंदे.

काशीकर : (दात कोरीत) गैरहाजिर. ते कुठं इथं येणार? नेक्स्ट–

सुखात्मे : या मंडळाचे सदस्य मिस्टर रावते–

काशीकर : तेही गैरहाजिर. संपले आरोपीतर्फेचे साक्षीदार?

सुखात्मे : फिर्यादी पक्षाच्या साक्षीदारांची उलटतपासणी घेण्याची आमची इच्छा आहे, मिलॉर्ड–

काशीकर : विनंती नामंजूर. टेक युवर सीट.

सुखात्मे : (सुस्कारा टाकून) केस फॉर द ॲक्यूज्ड रेस्ट्स. (जाऊन आरोपीच्या वकिलाच्या स्टुलावर बसकण घेतात.)

काशीकर : (दातातला कण थुंकून) गुड! नाऊ ॲटर्नी फॉर द प्रॉसिक्यूशन, आर्ग्यू. आता उगाच वेळ नको.

[सुखात्मे जागा बदलतात. पुन्हा मूळ खुर्चीत हुशारीने बसतात आणि मग मल्लासारखे उठून पुढे येतात.]

काशीकर : थोडक्यात आवरा.

सुखात्मे : (आता सरकारी वकील.) मिलॉर्ड, आरोपी मिस लीला बेणारे हिच्यावर ठेवण्यात आलेल्या आरोपाचं स्वरूप फार भयंकर आहे. मिलॉर्ड, पिंजऱ्यातल्या आरोपी स्त्रीनं स्वर्गाहून पवित्र अशा मातृत्वाला महाभयंकर काळिमा लावला असून त्याबद्दल तिला कायद्यानं कितीही मोठं शासन केलं तरी ते सौम्यच ठरेल. आरोपींचं चारित्र्य फार भयंकर आहे. त्याच्या नीतिमत्तेचं दिवाळं वाजलं आहे. इतकंच नव्हे, तर सामाजिक, नैतिक मूल्यांना हरताळ फासणारं वर्तनदेखील आरोपीनं केलं आहे. आरोपी नंबर एकचा समाजशत्रू आहे. अशा समाजविघातक प्रवृत्तींना उत्तेजन मिळाल्यास या देशाचं आणि संस्कृतीचं वाटोळं झाल्याशिवाय राहणार नाही. म्हणून आरोपीच्या गुन्ह्याचा गंभीरपणं आणि भावनेच्या आहारी न जाता कर्तव्यकठोरपणं विचार कोर्टानं करणं जरूर आहे असं आम्ही म्हणतो. आरोपीवरचा आरोप भ्रूणहत्येचा आहे. परंतु त्याहीपेक्षा गंभीर असा गुन्हा आरोपीनं केलेला आहे. तो म्हणजे विवाहपूर्व मातृत्वाचा. विवाहाविना मातृत्व हे आपल्या धर्मानं आणि परंपरेनं फार मोठं पाप मानलं आहे. याहीउप्पर या बेकायदेशीर मातृत्वापासून झालेली संतती

वाढविण्याचा आरोपीचा निश्चय तडीस गेल्यास समाजाचं अस्तित्वच धोक्यात येणार असून नैतिकमूल्य नामक चीजच अस्तित्वात राहणार नाही अशी भयंकर भीती आहे. मिलॉर्ड, भ्रूणहत्या हे फार भयंकर कृत्य आहे. परंतु बेकायदा वैवाहिक संबंधापासून झालेली संतती वाढविणे हे खात्रीनं अधिक भयंकर कृत्य असून त्याला उत्तेजन मिळाल्यास समाजात विवाहसंस्था म्हणून काही चीज शिल्लकच उरणार नाही. अनाचार बोकाळेल. संस्कारसंपन्न समाजाचं आपलं एक सुंदर स्वप्न बघता बघता मातीला मिळेल. आपली परंपरा, आपली अस्मिता, झालंच तर आपली संस्कृती आणि आपला धर्म यांच्या मुळाशीच आरोपीनं अशा प्रकारं सुरुंग लावण्याचा निर्धार केला असून तो मोडून काढणं न्यायदेवतेचं आणि आपल्यापैकी प्रत्येक सुज्ञ आणि विचारी नागरिकाचं पवित्र आणि अत्यावश्यक कर्तव्य आहे असं ठरतं. आरोपी स्त्री आहे म्हणून त्याची गय होता कामा नये. स्त्रीवर तर समाज-धारण-पोषणाची जबाबदारी फार मोठी असते. 'न स्त्री स्वातंत्र्यमर्हति' हा आपल्या परंपरेनं घालून दिलेला नियम. या नियमाला धरून आम्ही अशी जोरदार मागणी करतो की 'न मिस बेणारे स्वातंत्र्यमर्हति'! आरोपीला दयामाया न दाखवता कोर्टानं त्याच्या भयंकर गुन्ह्याबद्दल मोठ्यात मोठी सक्त सजा द्यावी, अशी आग्रहाची विनंती न्यायासनाला करून आम्ही आमची बाजू पुरी करतो.

काशीकर : गुड! ॲटर्नी फॉर द ॲक्यूज्ड. आरोपीचा वकील.

[सुखात्मे या भूमिकेत जागा बदलून पडक्या चेहऱ्याने पुन्हा उठतात.]

सुखात्मे : (जड पावले टाकत येऊन भावनेने लटक्याच भरलेल्या स्वरात) मिलॉर्ड, गुन्हा फार गंभीर आहे याबद्दल मी वाद करू इच्छीत नाही. पण मानव हा अखेर स्खलनशील आहे आणि तारुण्य हे माणसाला मोहवश करतं हे ध्यानी घेऊन आरोपीच्या हातून घडलेल्या आणि घडत असलेल्या भयंकर गुन्ह्याचा विचार

क्षमाशीलपणं करण्यात यावा. मिलॉर्ड, दया— मानवतेसाठी दया.

[न्यायमूर्तींच्या टेबलाशी आलेले. बेणारे निपचित.]

काशीकर : गुड. नाऊ आरोपी बेणारे-—

[ती निपचित.]

आरोपी बेणारे, शिक्षा होण्यापूर्वी तुझ्यावरील आरोपाबाबत तुला काही सांगायचं आहे काय? (घड्याळ पुढे धरून) आरोपीस दहा सेकंद देण्यात येत आहेत.

[ती तशीच निपचित. कुठेतरी पार्श्वसंगीत सुरू होते. प्रकाश बदलतो. सर्व कोर्ट या क्षणी असते त्या परिस्थितीत नि:स्तब्ध होते. आणि निपचित बेणारे उठून उभी राहते ताठ.]

बेणारे : होय, मला पुष्कळ म्हणायचं आहे. (आळोखेपिळोखे देऊन) किती वर्षांत काही म्हटलंच नाही. क्षण आले, क्षण गेले. गळ्याशी एकेक वादळं दाटली, छातीत प्राणांतिक आक्रोश झाले, पण दर वेळी ओठ धरले घट्ट दाबून. वाटलं, की कुणालाच ते कळणार नाही. कुणी नाही ते समजू शकणार. जेव्हा शब्दांच्या मोठ्यामोठ्या लाटा येऊन देत ओठांवर धडका, तेव्हा भोवतालची सारी माणसं कशी वेडीखुळी, बालबुद्धी, बुद्दू वाटत. अगदी माझा म्हटलेला माणूस धरून सारी माणसं. वाटायचं की सर्वांना फक्त पोटभर हसून घ्यावं– बस्स! हसून घ्यावं. आणि रडून रडून आतडी पिळवटायची. छाती फुटेल तर बरं असं वाटायचं. जीवच नकोसा व्हायचा. (एक मोठासा नि:श्वास टाकून) तो गेला नाही म्हणजेच त्याचं महत्त्व कळतं. जगण्याचं महत्त्व कळतं. सुख कळतं. येणारा प्रत्येक क्षण कसा नवा, अपूर्वाईचा असतो. आपणच आपल्याला नवे होतो. आकाश, पक्षी, ढग, एखाद्या वठलेल्या झाडाचा हळूच डोकावणारा एकच भाग आणि खिडकीचा हलता पडदा नि भोवतालची शांतता नि लांबचे बारीकसारीक एकेक आवाज नि इस्पितळातला औषधांचा दर्प— तोदेखील जीवनानं नुसता रसरसलेला वाटतो.

जीवन जणू चौफेर भरून एकट्या आपल्यासाठी गातंय असं वाटतं. हुकलेल्या आत्महत्येतला आनंद फार मोठा असतो. जगण्यातल्या वेदनेहून मोठा– (दीर्घ श्वास घेऊन) प्राण उधळावा तेव्हाच तो असल्याचं भाग्य लक्षात येतं. प्राण प्राणापलीकडे जपावा तेव्हाच तो उधळण्याच्या लायकीचा असल्याचं पटतं. मजा आहे, नाही? जपावं तर उधळणं पटतं. उधळला म्हणजेच शिल्लक राहिल्याचं सुख मिळतं. काही पुरत नाही. पुन:पुन्हा तेच, तसंच. (शिक्षिकेच्या शैलीने) जीवन हे असं आहे. जीवन हे अमुक आहे. जीवन म्हणजे तमुक आहे. जीवन हा टरटरा फाटत जाणारा ग्रंथ आहे. जीवन म्हणजे स्वत:लाच डंख करणारा महाविषारी सर्प आहे. जीवन म्हणजे विश्वासघात आहे. जीवन म्हणजे प्रतारणा आहे. जीवन म्हणजे नशा आहे. जीवन म्हणजे रखडपट्टी आहे– जीवन म्हणजे काहीच नाही असं काहीतरी आहे, किंवा काहीतरीच आहे असं काहीच नाही. (एकदम कोर्टातली पोज घेऊन) मिलॉर्ड, जीवन ही एक महाभयंकर गोष्ट आहे. जीवनाला फाशी दिलं पाहिजे! 'न जीवनं जीवनमर्हति.' जीवनाची चौकशी करून त्याला नोकरीवरून काढून टाकलं पाहिजे. का पण? का? मी माझ्या कामात कुचराई केली? मी जीव ओतून माझ्या पोरांच्यात रमत आले. त्यांना शिकवीत आले. मला कळत होतं की आयुष्य सीधंसाधं नाही. माणसं फार क्रूर होऊ शकतात. आपली रक्ताची माणसंसुद्धा आपल्याला समजून घेऊ इच्छीत नाहीत. या जीवनात फक्त एकच गोष्ट सर्वमान्य आहे– शरीर! तुम्ही नाही म्हटलं तरी तेच सर्वमान्य! भावना ही सर्वांच्या मते फक्त हळवं होऊन बोलण्याची गोष्ट. सारं दिसत होतं मला. जगत होते मी तेच. पोळून निघत होते. पण आहे कुणाला माहीत, मी हे नाही त्या कोवळ्या कोवळ्या जिवांना शिकवलं. हे विष मी पचवलं, पण त्याचा ओझरता भासही नाही त्यांना लागू दिला. मी त्यांना सौंदर्य शिकवलं. पावित्र्य शिकवलं. आतून रडत मी त्यांना

हसवलं. आतून निराशेनं पिचत मी त्यांना आशावादीच करीत आले– कोणत्या गुन्ह्यासाठी माझी नोकरी, माझा एकुलता एक विरंगुळा हिरावून घेताहात? माझं खासगी चारित्र्य हा माझा प्रश्न आहे. माझं मी काय करावं हे मीच ठरवीन, जसं प्रत्येकाला स्वत:पुरतं ते ठरवता आलं पाहिजे. तो दुसऱ्या कुणाचाही प्रश्न असू शकत नाही, कळलं? ज्याचा त्याचा एक पिंड असतो, मार्ग असतो नि शेवट असतो. त्याचा सर्वांशी काय संबंध? (एकदम शाळेतला हलकाफुलका मूड घेत) श्शू! आवाज बंद! सायलेन्स! किती गोंगाट? (पिंजऱ्यातून बाहेर आलेली. सर्वभर फिरू लागते, वर्गात फिरेल तशी.) देवासारखे बसा सर्व! (थिजून राहिलेल्या एकेकाला पाहत.) बिचारे! मुलांनो, हे सर्व कोण?

[एकेका चेहऱ्यावर प्रकाश येऊ लागतो. सगळे भेसूर, नि:स्तब्ध, प्रेतासारखे वाटतात.]

हे विसाव्या शतकातील सुसंस्कृत माणसांचे अवशेष. पाहा कसे एकेकाचे चेहरे रानटी दिसत आहेत ते. त्यांच्या ओठांवर झिजलेले सुंदर सुंदर शब्द आहेत. पोटात अतृप्त वासना आहेत.

[शाळेतल्या तासाच्या घंटेचा आवाज. मुलांचा अस्पष्ट गोंगाट. तो ऐकत क्षणकाळ स्तब्ध, एकाग्र होते. हरवते. तो आवाज दूर जात ऐकू येईनासा होतो. निस्तब्धता. जाग आल्यासारखी भोवताली पाहून एकदम या नि:स्तब्धतेने भयभीत होते.]

नाही नाही– मला एकटी टाकू नका रे अशी. मला भीती वाटते यांची फार! (भयभीत. तोंड लपवून कळवळून म्हणते.) कबूल आहे, मी पाप केलं. मी आईच्या भावावर प्रेम केलं. पण घरातल्या शिस्तीत माझ्या... माझ्या उमलत्या शरीराच्या बहरात तोच माझ्याजवळ आला, माझा बहर रोज वाखाणू लागला, माझे लाड करू लागला.... मला काय माहीत की आपल्याला ज्याच्याशी काळीज फोडून एकरूप व्हावंसं वाटतं, ज्याच्या

नुसत्या संगतीत साऱ्या जिण्याचं सार्थक झालंसं वाटतं तो मामा असला तर ते पाप असतं म्हणून? अरे, तेव्हा अवघी चौदा वर्षांची होते रे मी. पाप काय असतं तेही नव्हतं ठाऊक मला– आईशप्पथ! (हमसाहुमशी रडते लहान पोरीसारखी.) मी लग्नाचा हट्ट धरला तो तर सर्वांसारखं राजरोज माझं सुंदर जगणं मला जगता यावं म्हणून. पण आईसकट सर्वांनी विरोधच केला त्याला. माझा पुरुष शेपूट घालून पळाला. असा संताप आला त्याचा की वाटलं, तोंड फोडावं त्याचं भर चौकात आणि थुंकावं त्याच्या तोंडावर! पण तेव्हा मी दुबळी होते, अज्ञानी होते. मीच मरणाच्या मिठीत जाण्यासाठी उडी घेतली घराच्या सज्ज्यातून; पण नाही गेले. शरीरानं नाही मेले. मनानं वाटलं की पुरती मेले; पण तशीही नाही गेले. पुन्हा मी एक प्रेम केले. प्रौढपणी केलं, जीव तोडून केलं– मानलं, की हे वेगळं आहे. हे सुजाण आहे, एका अलौकिक बुद्धिमत्तेवरचं आहे— हे प्रेम नव्हेच. ही भक्ती आहे— पण इथंही तीच चूक. मनानं केलेल्या भक्तीसाठी देहाचा नैवेद्य झाला आणि तेवढा घेऊन माझा बुद्धिमान देव चालता झाला. माझं मन, माझी भक्ती त्याला नकोच होती— नकोच होती. (हलक्या स्वरात) तो देव नव्हताच. तो माणूसच होता, ज्याचं सारं काही होतं शरीरापुरतं, शरीरासाठी! बस्स! पुन्हा शरीर! (किंचाळून) हे शरीर सगळा घात करतं आहे. (वेदनेने पिळवटते आहे.) या शरीराची किळस येते मला आणि फार फार प्रेम वाटतं त्याच्याबद्दल. त्याचा राग येतो आणि तेव्हाच वाटतं की अखेर ते आहे, मग? ते असणार आहे. ते तुझं असणार आहे. तुझ्याशिवाय ते कुठं जाईल? आणि तू तरी ते नाकारून कुठं जाशील? कृतघ्न नको होऊस. त्यानंच जळत तुला एक अतिशय सुंदर, खूप स्वर्गीय, तृप्त क्षण दिला होता. विसरलीस? त्यानंच शरीरापलीकडे उंच उंच एका दिव्य लोकात तुला त्या क्षणी नेलं होतं. नाकारशील? आता त्यात आहे त्या क्षणाचा साक्षी— एक

कोवळाकोवळा अंकुर— उद्याच्या बागडत्या, हसत्यानाचत्या जिवाचा— माझ्या मुलाचा— माझ्या प्राणाचा. त्याच्यासाठी हा देह आता मला हवा आहे. त्याच्यासाठी! (डोळे मिटून जिवाच्या आवेगाने हे पुटपुटते आहे.) त्याला आई हवी... त्याला हक्काचे वडील हवेत... त्याला घर हवं.... संरक्षण हवं... प्रतिष्ठा हवी....

[काळोख. उजेड. सेकंदांची टिकटिक. बेणारे पिंजऱ्यात पूर्ववत निपचित. इतर आपापल्या जागी.]

काशीकर : (पुढे धरलेला घड्याळाचा हात खाली घेऊन) टाइम इज अप. आरोपीस काहीच सांगायचं नाही. काहीतरी सांगून उपयोग होणारच नाही. पापाचा घडा आता पुरता भरला आहे. नाउ– जजमेंट. रोकडे, माझा टोप दे.

[रोकडे गडबडीने तो काढून देतो. तो घालून धर्मविधीच्या धीरोदत्तपणे.]

आरोपी मिस बेणारे, इकडे नीट ध्यान दे. तू केलेली कृत्यं महाभयंकर आहेत. या कृत्यांना क्षमा नाही. पापांना प्रायश्चित मिळालंच पाहिजे. बेजबाबदारपणाला पायबंद घातलाच पाहिजे. सामाजिक रूढी किती झालं तरी महत्त्वाच्या आहेत. समाजधारणेसाठी विवाहसंस्था पायाभूतच आहे. मातृत्व महन्मंगल आणि पवित्र असलं पाहिजे. या साऱ्यालाच सुरुंग लावण्याचा तू जो प्रयत्न केलास त्याची गंभीर दखल हे कोर्ट घेत आहे. हे सर्व दयेपलीकडील आहे असं कोर्टाचं ठाम मत आहे. त्यातही हे सर्व करून तू समाजात ज्या ताठ्यानं वावरत होतीस तो ताठा तर सर्वस्वी अक्षम्य आहे. गुन्हेगारांनी आणि पाप्यांनी आपल्या पायरीनंच राहिलं पाहिजे. तू ही पायरी न जुमानता जगलीस. या तुझ्या उद्धटपणाबद्दल कोर्ट आपला संताप व्यक्त करीत आहे. त्यातही उद्याच्या तरुण पिढीचं भवितव्य तुझ्या हाती होतं. हे तर फारच भयंकर होय. तू वर्तनानं दाखविलेस हेच संस्कार भावी तरुण पिढीवर तू करणार होतीस याविषयी

तिळमात्र संदेह या कोर्टास नाही. म्हणजे आजच्या समाजाचंच नव्हे तर भावी समाजाचंही अस्तित्व तुझ्या दुर्वर्तनामुळं धोक्यात येणार होतं. तुला नोकरीवरून काढण्याचा निर्णय घेऊन शाळाधिकाऱ्यांनी एक पुण्यकर्मच केलं आहे असं म्हटलं पाहिजे. देवदयेनं आता हे सर्व टळलं आहे. तथापि तुझ्या वा अन्य कोणाच्या हातून असं पुन्हा होऊ नये आणि तुझ्या पापाचा पुरावा भावी पिढ्यांसाठी उरू नये म्हणून हे कोर्ट तुला जिवंत ठेवून तुझा गर्भ मरेपर्यंत नष्ट करण्यात यावा, अशी शिक्षा तुला देत आहे—

बेणारे : (एकदम कळवळून) नाही नाही— नाही— हे मी तुम्हांला करू देणार नाही— हे मी घडू देणार नाही...

[सगळे ताठ, गंभीर. पुतळेच जसे. बेणारे स्फुंदत आरोपीच्या वकिलाच्या स्टुलाकडे येते. तिथे गळून बसते. मग आवेगाने फुटता फुटता गळून निपचित टेबलावर मान टाकते. खुर्चीत पडते. तिचे नुसतेच उमासे.

[शांतता. एव्हाना हॉलमध्ये बराच काळोख झालेला. दार वाजते. दचकून सर्व तिकडे पाहतात. दार सावकाश थोडेथोडे उघडते. त्यावाटे प्रकाशाची तिरीप येते. दोघेतिघे चेहरे आत शिरतात.]

एक चेहरा : (आतील सर्व चौकसपणे पाहत) कार्यक्रम सुरू झाला काय? अभिरूप न्यायसभा?

[सर्वांना एकदम कसली तरी आठवण होऊन धक्का बसतो. नवी जाणीव होते. सामंत दिवा लावतो. सगळे भराभर नॉर्मलला येतात.]

सामंत : (उठून पुढे जाऊन) आं? नाही नाही, आता— आता होईल...पण जरा बाहेरच थांबा तुम्ही— चला पाच मिनिटं— चला (त्यांना कसाबसा बाहेर नेतो.)

कर्णिक : हॅ! फारच वेळ गेला की!

सौ. काशीकर : वेळेचं मेलं भानच राहिलं नाही— तर काय!

पोंक्षे : व्हॉट्स द टाइम? काळोख पडला.

काशीकर : रोकडे, कार्यक्रमाची वेळ सांभाळण्याचं काम तुझ्याकडे आहे. करीत काय होतास इतका वेळ? नालायक कुठला!

सुखात्मे : जाऊ द्या काशीकर. बाकी मजा आला पण! कसं अगदी खरी केस लढल्यासारखं वाटलं!

काशीकर : चला, तयार व्हा लौकर सगळे— चला... चला—

पोंक्षे : आय ॲम ऑलवेज रेडी—

[बेणारे दर्शवतो. सगळे थबकतात. स्तब्ध. गंभीर. निपचित बेणारेभोवती जमतात.]

सौ. काशीकर : (स्वत:ची वेणी चाचपीत) भारीच लावून घेतलंन हिनं हो. हळवी आहे पोर!

काशीकर : तर काय! भलतंच लावून घेतलंय की जिवाला! आफ्टर ऑल इट वॉज—

सुखात्मे : जस्ट अ गेम! तर काय! गेम! बस्स!

पोंक्षे : अ शिअर गेम!

कर्णिक : बेणारे, चला, उठा. शोची वेळ झाली. शो मस्ट गो ऑन.

सौ. काशीकर : (हलवीत) ऊठ ग बेणारे. अग, कार्यक्रम वेळेवर सुरू व्हायला हवा. चल बरं. अग, सगळं खोटं होतं ते. खरं थोडंच होतं ते?

[सामंत आत आलेला.]

पोंक्षे : सामंत, चहाची ॲरेंजमेंट करा. बाईंना चहाची जरूर आहे.

सामंत : हो.

काशीकर : (जागचे उठता उठता टोप काढून ठेवतात. समोर टेबलावर असलेल्या टिक ट्वेंटीच्या बाटलीकडे लक्ष जाते. क्षणभरच विस्फारल्या डोळ्यांनी ती पाहत राहतात. मग नजर काढून गडबडीने इतरांना)

चला चला तोंडबिंड धुऊन घ्या सर्वांनी. चला— पुरे झाला खेळ आता— नाऊ टु बिझिनेस— चला—

[सगळे आतल्या खोलीत पाय न वाजवता घोळक्याने मागल्यामागे जातात.

रंगमंचावर निपचित बेणारे. दाराशी हे पाहत सामंत. तो अवघडल्या अवस्थेतच मर्यादेने एका बाजूने आत येऊन त्याने आधी ठेवून दिलेला कापडाचा हिरवाजर्द पोपट व्यासपीठावरील सामानातून हळूच उचलतो. परत जाऊ लागतो दाराच्या दिशेने न राहवून निपचित बेणारेपासून काही अंतरावर अडतो. तिच्याकडे पाहताना त्याला भरून येते. काय करावे ते सुचत नाही. तो अस्पष्ट हाक मारतो, 'बाई—' पण ती तिला ऐकू जात नाही. तो आणखीच अवघडतो आणि दुसरे काही न सुचून जवळचा हिरवाजर्द कापडी पोपट एका अंतरावरून, आदबीने, वात्सल्याने तिच्यापुढे हळुवारपणे ठेवतो आणि बाहेर निघून जातो.
बेणारे नि:शक्तपणे किंचित चाळवते. पुन्हा निश्चेष्ट. जवळ तो हिरवा जर्द कापडी पोपट.
कोठून तरी तिच्याच आवाजातले सूर ऐकू येऊ लागतात...

चिमणीला मग पोपट बोले, का ग तुझे डोळे ओले?
काय सांगू बाबा, तुला, माझा घरटा कुणी नेला
चिव चिव चीव, चिव चिव चीव रे,
चिव चिव चिव...
कावळेदादा, कावळेदादा, माझा घरटा
पाहिलास बाबा?
नाही ग नाही, मुळी नाही, तुझा माझा
संबंध काही
चिव चिव चीव...चिव चिव चीव...
चिव चिव चीव रे...चिव चिव चीव...

फक्त बेणारेवर प्रकाश. बाकी रंगमंच अंधारात.]

[संथपणे पडदा.]

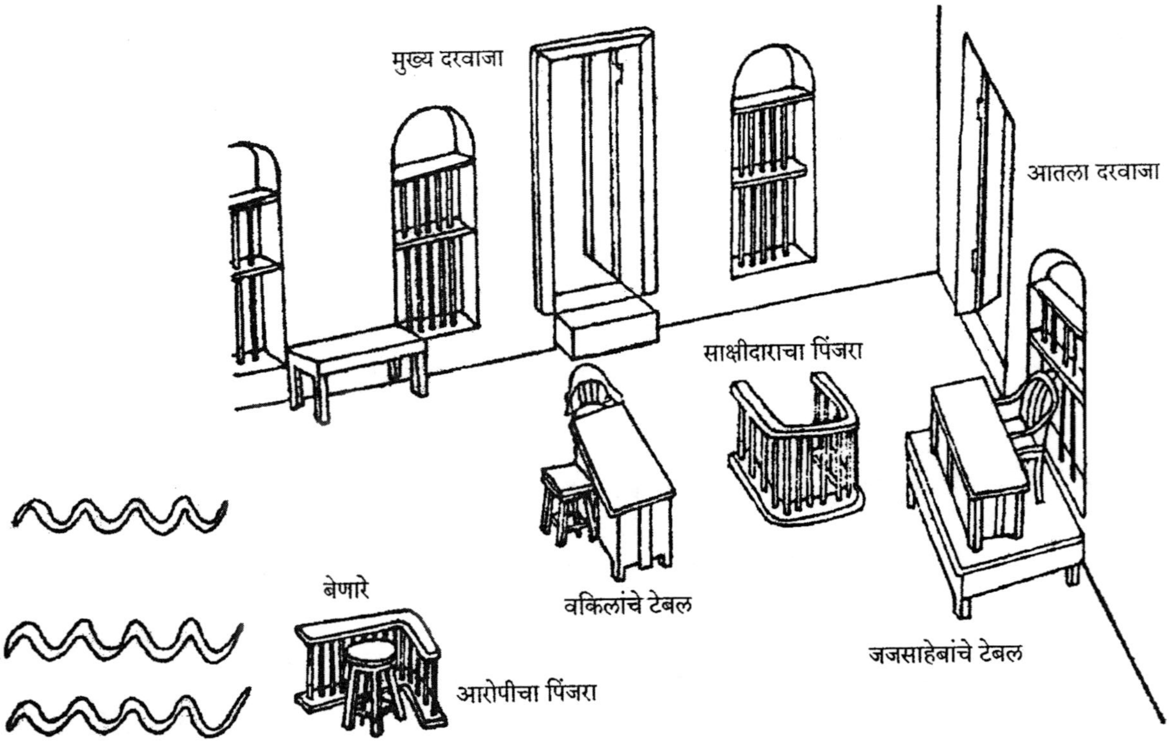

'शांतता ! कोर्ट चालू आहे'च्या नेपथ्याचा आराखडा

दिग्दर्शकाच्या दृष्टिकोनातून

'शांतता! कोर्ट चालू आहे' ही लीला बेणारेची शोकांतिका आहे. सबंध नाटकभर ती अतिशय विनोदी स्वरूपात मांडलेली असली तरी ह्या शोकांतिकेचा अंत:प्रवाह वेगळा आहे, अतिशय तरल व गंभीर आहे, असे मला वाटते. ह्याचाच अर्थ, सबंध नाटकाला आकार आणताना बेणारे ही व्यक्तिरेखा प्रधान ठेवून त्या व्यक्तिरेखेभोवती नाटक खेळविणे आवश्यक ठरते. त्या दृष्टीने पहिल्या अंकात काही जागा निश्चितपणे आहेत. ह्या जागा, वरवर खेळकर दिसणारी बेणारे कुठेतरी खोल दुखावली गेली आहे, अतिशय टेन्स आहे, सावध आहे, हे दर्शवून देतात.

१. बेणारे आणि सामंत ह्यांचा पहिला प्रवेश : ज्यामध्ये बोलताना बेणारे आपल्याविषयीच्या आरोपांचा आणि चौकशीचा नकळत उल्लेख करते;
२. कर्णिक आणि पोंक्षे ह्यांचा तिच्याबद्दलचा संवाद;
३. सौ. काशीकर आणि रोकडे ह्यांच्या संभाषणात येणारा प्रो. दामल्यांचा उल्लेख;
४. पोंक्षे आणि बेणारे ह्यांचा मैत्रिणीबद्दलचा संवाद;
५. पूर्वकल्पना नसताना अचानक आरोपीच्या पिंजऱ्यात आल्यावर होणारी बेणारेची कुचंबणा;

अशा काही जागा निवडून त्या प्रामुख्याने मांडणे हे माझ्या पहिल्या अंकाच्या दिग्दर्शनाचे ढोबळ सूत्र होते. हे करताना पात्रांची कॉंपोझिशन्स शक्य

तो बोलकी करण्याचा प्रयत्न आम्ही केला. सामंताशी बोलताना मग बेणारेला स्टेजच्या अगदी एका कोपऱ्याला, सामंतापासून दूर ठेवली. प्रेक्षकांच्या उजव्या बाजूला प्लॅटफॉर्मवर बसून बेणारे आपल्याबाबतच्या चौकशीचा संपूर्ण भाग सांगते. कर्णिक आणि पोंक्षे ह्यांच्या संभाषणात ही गोष्ट आणखीच कठीण होती. कारण सर्व पात्रे त्या वेळी स्टेजवर आहेत. मग मुव्ह्ज कंपोज करताना काशीकर, सौ. काशीकर आणि सुखात्मे ह्यांचा एक ग्रूप केला. आणि त्यांचे वादविवाद करताना माइम घेतले. रोकडेला दुसऱ्या टोकाला कामात गुंतवून ठेवला आणि मग पोंक्षे आणि कर्णिक ह्यांना एकदम बाजूला काढून जवळजवळ फूटलाइट्सपर्यंत आणले; आणि अशा रीतीने या महत्त्वाच्या भागाला उठाव आणण्याचा आम्ही प्रयत्न केला. सौ. काशीकर आणि रोकडे ह्यांच्या संभाषणात दामल्यांचा उल्लेख आल्यावर बेणारेला उठवून सरळ रेषेत सबंध स्टेज ओलांडायला लावण्यात दामल्यांचा आणि बेणारे ह्यांचा काही संबंध असावा इतपत ध्वनित व्हावे, असा हेतू होता. बऱ्याच अंशी तो साध्य झाला. बेणारेचा— आरोपीचा— पिंजरा फूटलाइट्सजवळ ठेवण्यातही हाच हेतू अभिप्रेत आहे. केवळ खेळ म्हणून सुरू झालेल्या ह्या खटल्यात आरोपी म्हणून नेमके आपण पकडले गेलो आहोत ह्याची जाणीव बेणारेला झाल्याबरोबर ती विलक्षण मूढ होते. घाबरते. आणखीच टेन्स होते. भ्रूणहत्येचा आरोप ठेवल्यावर हे टेन्शन अधिकच वाढते आणि सामंत पान, सिगरेट घेऊन आल्यावर ही खोटी गंभीरता इतर पात्रांपुरती कोसळून पडली तरी बेणारेसाठी ती कायमच राहते. कारण आता तिच्या पाठलागाला सुरुवात झालेली आहे. पुढचे सबंध नाटक मग तिच्याभोवती फिरत राहते. आणि म्हणून प्रेक्षकांच्या अगदी जवळची अशी तिची पोझिशन महत्त्वाची ठरते. नाटकाच्या परस्पेक्टिवमध्ये ती क्लोझपसारखी प्रेक्षकांच्या नजरेपुढे राहते.

एकदा बेणारेच्या पिंजऱ्याची ही जागा निश्चित झाल्यानंतर त्याचा उपयोग पुढे आम्ही सतत करून घेतला. आणि इतर पात्रांच्या हालचाली त्याप्रमाणे बांधून घेतल्या. उदाहरणार्थ, पोंक्षेने आपल्या पहिल्या साक्षीत त्याचे लग्न जमवण्याच्या तिच्या प्रयत्नांचा सहज उल्लेख करताच ती दचकते. ह्या तिच्या दचकण्याला विलक्षण अर्थ आहे. आणि हे तिचे दचकणे पोंक्षेच्या दुसऱ्या साक्षीमध्ये कनेक्ट होते. तेव्हा बेणारेचे हे दचकणे हा एक मोठा दुवा ठरतो.

आता हे प्रकर्षाने दाखवायचे कसे? त्यासाठी मग बेणारेला त्या वेळी आम्ही जवळजवळ एकटी ठेवली. ती पर्सशी चाळा करते आहे आणि लग्नाचा उल्लेख येताच तिच्या हातून पर्स खाली पडते. सर्वजण तिच्याकडे पाहतात. ती एकटक पोंक्षेकडे पाहते. क्षण दोन क्षण! पॉज! आणि मग सावरून पर्स परत उचलते आणि चाळा सुरू करते. बस्स, एवढ्या एका स्तब्धतेमुळे आम्हांला पाहिजे तो परिणाम आम्ही साधला. तीच गोष्ट रोकडेच्या पहिल्या साक्षीच्या वेळी. त्याने लीला बेणारेला आपण प्रो. दामल्यांच्या खोलीवर पाहिल्याचे सांगताच बेणारे रोकडेकडे बघत पिंजऱ्यात उभी राहते. आणि मग बाकीची सर्व पात्रे नगण्य ठरून ती आणि रोकडे ह्यांचा एका समांतर रेषेत वाद सुरू होतो. ह्या वेळीही बेणारेची प्रेक्षकांच्या जवळची पोझिशन तिला सतत डॉमिनेटिव्ह ठेवते. आरोपीचा पिंजरा आणि साक्षीदाराचा पिंजरा मुळातच असा मांडला की, आरोपीच्या पिजऱ्याला सदैव प्राधान्य मिळावे. पिंजऱ्यातल्या साक्षीदाराशी बोलताना आरोपी नेहमीच ॲग्रेसिव्ह वाटावा.

दुसऱ्या अंकाच्या शेवटी नाटकाला विलक्षण कलाटणी मिळते. आणि सहज गंमत म्हणून सुरू झालेला हा खेळ आपले रूप बदलतो. तो खेळ राहतच नाही. ती शिकार होते. निर्घृण, हिडीस, किळसवाणी शिकार. दिग्दर्शनाच्या संदर्भात सर्वांत मोठा प्रश्न उभा राहिला तो इथे. खेळाचे अचानक शिकारीत परिवर्तन होते ते सामंताच्या साक्षीने. हातातल्या पुस्तकातला वाचलेला मजकूर साक्ष म्हणून तो उत्साहाने सांगतो आणि मग माणसातला 'पशू' जागा होतो. वेगवेगळी काढली तर, ह्या नाटकातली प्रत्येक व्यक्ती भ्याड आहे. सामान्य आहे. पण समूह म्हणून एकत्र आली की त्या समूहातील 'पशू' जागा होतो. त्या समूहातला 'माणूस' संपतोच. उरतो फक्त हिंस्त्र पशू. समोरच्या सावजासाठी जिभल्या चाटणारा. "आता खेळ संपला. आता जीवघेणी शिकार सुरू झाली." ही जाणीव सामंताच्या ह्या साक्षीच्या वेळी उभी करणे जरूर होते. ह्याही वेळी ग्रूपिंग करून कॉंपोझिशन्सच्या साहाय्याने हा प्रश्न हाताळण्याचा मी प्रयत्न केला. सामंतच्या साक्षीच्या शेवटी शेवटी प्रत्येक पात्र ह्या ना त्या कारणाने सामंतकडे जाऊ लागते. परिणामी, एका विशिष्ट क्षणी, जिथे सामंतची साक्ष असह्य होऊन बेणारे कोलमडते, कोसळते, फुटते, त्या क्षणी बेणारेखेरीज सर्व पात्रे एका बाजूला— प्रेक्षकांच्या उजव्या बाजूला— आणि एकटी बेणारे डाव्या

बाजूला, असे चित्र निर्माण झाले आणि सावज विरुद्ध शिकारी— किंवा कोल्ह्यापाठी धावणारे कुत्रे— असे स्वरूप त्या चित्राला आपोआपच आले. जाणकारांसाठी ह्या योजनेत आणखी एक बारीक गोष्ट अपेक्षित होती. ह्यातली प्रत्येक व्यक्ती आता न्यायाधीशाच्या आसनाच्या आसपास आलेली आहे. किंबहुना, न्यायाधीश होण्याचा मान आता प्रत्येक व्यक्तीने घेतलेला आहे. आणि घेतलेल्या ह्या भूमिकेत प्रत्येक व्यक्ती एक प्रकारचा आसुरी आनंद घेत आहे. आणि म्हणूनच, दरवाजा बाहेरून अचानक लागल्याने आत अडकलेली बेणारे आता आपल्या तावडीतून सुटत नाही हे जाणून प्रत्येक जण दुसऱ्याकडे तृप्त नजरेने पाहत आहे. एक सामंत सोडून. कारण घडतेय ते त्याच्या आकलनापलीकडे आहे. एकटा सामंत आता बेणारेच्या बाजूला आहे. आणि म्हणून बेणारे दार उघडण्याचा प्रयत्न करते तेव्हा तो तिच्या जवळ प्रेक्षकांच्या उजव्या बाजूला आहे. आणि बाकी पात्रे डाव्या बाजूला आहेत.

नाटकाचा सबंध तिसरा अंक हा कर्णिक, पोंक्षे, रोकडे, काशीकर ह्यांनी बेणारेच्या घेतलेल्या सूडाने भरलेला आहे. प्रत्येक जण तिच्यावर त्वेषाने तुटून पडतो आहे. आणि जवळजवळ सबंध अंक बेणारे आपल्या पिंजऱ्यात एक शब्दही न बोलता भयभीत होऊन बसली आहे. आपल्या समोर आपल्या सबंध जीवनाची चिरफाड निपचितपणे बघत. माझ्या मते तिसऱ्या अंकातील बेणारेचे स्वगत हा डिफेन्स नाही, तर डिफायन्स आहे. आणि म्हणूनच हे नाटक पाहताना आपण बारकाईने पाहिले असेल तर हे सबंध स्वगत बेणारे प्रेक्षकांकडे पाहून बोलते. पात्राकडे पाहून त्यांना उद्देशून बोलत नाही. कारण, ती पात्रे तिच्या दृष्टीने नगण्य आहेत. सामान्य आहेत. क्षुद्र आहेत.

हे स्वगत प्रत्यक्ष रंगभूमीवर उभे करताना मात्र प्रयास फार पडले. कारण पिंजऱ्यात बसलेली बेणारे हे बोलतच नाही. त्या क्षणाला तिच्या मनात आलेले ते असंख्य विचार आहेत. सबंध आयुष्याचे चित्र तिच्या समोर आहे आणि त्यावरून तिने काढलेले ते निष्कर्ष आहेत. आता हा फरक कसा दाखवायचा? काशीकरांचे शेवटचे वाक्य आहे, "आरोपीला उत्तरासाठी बरोबर दहा सेकंद देण्यात येत आहेत!" आणि लगेच बेणारेचे स्वगताचे पहिले वाक्य आहे, "होय! मला पुष्कळ काही बोलायचे आहे!" ह्यामुळे काशीकरांच्या प्रश्नाला सरळ बेणारेचे उत्तर, अशी गफलत इथे होण्याची खूप शक्यता होती. प्रकाशयोजना

आणि पार्श्वध्वनी ह्या दोन्हींचा इथे मी उपयोग करून घेतला.

सबंध नाटकभर प्रकाशयोजना ही नॅचरल आहे. त्यात इफेक्ट्स कुठेच नाहीत. थोडक्यात, अन्‌नॅचरल असे प्रकाशयोजनेत काही नाही. नेमका ह्या गोष्टीचा उपयोग स्वगताच्या सुरुवातीला आम्ही करून घेतला. काशीकरांच्या शेवटच्या वाक्यांबरोबर अंधार होतो. आणि सबंध नाटकभर नसलेले अननॅचरल लायटिंग आता सुरू होते. एकटी बेणारे प्रकाशवर्तुळात दिसते. बाकी सर्व पात्रे आपापल्या जागी थिजलेली दिसतात. नीट पाहिले तर, प्रकाश असताना ती ज्या अवस्थेत होती त्याच अवस्थेत आता दिसतात. काशीकर घड्याळ पाहत आहेत आणि इतर सर्व बेणारेकडे रोखून पाहत आहेत. दहा सेकंदाचा अवधी दाखविण्यासाठी, अंधार होत असतानाच घड्याळाची टिकटिक सुरू होते आणि स्वगत सुरू असताना ती अगदी अस्पष्ट चालू राहते. बेणारेचे स्वगत दोन प्रकाशवर्तुळांत आलटूनपालटून बोलले जाते; आणि स्वगत संपल्यावर अंधार होऊन पुन्हा नॅचरल प्रकाशयोजना येते. बेणारे पिंजऱ्यात तशीच निपचित आहे. काशीकर घड्याळ पाहत आहेत. घड्याळाची टिकटिक स्पष्ट ऐकू येत आहे.ती एकदम थांबते. आणि काशीकर म्हणतात,“टाइम इज अप!” पुन्हा नाटक रिॲलिस्टिक पातळीवर येते. आणि मग काशीकर शिक्षा फर्मावतात. ह्या वेळी काशीकरांच्या मागच्या बाजूने लाल प्रकाश टाकून काशीकरांची सबंध सावली बेणारेवर दाखविली आहे. बेणारे आता पुरती नष्ट झाली आहे, हे दाखविण्यासाठी.

मग बाहेर आवाज होतात. सर्वजण भानावर येतात. आणि मग काय घडले हे त्यांना प्रथमच जाणवू लागते. आता भयभीत होण्याची पाळी त्यांची आहे. कारण ही मंडळी अखेर भ्याड आहेत. आपण केलेल्या शिकारीची परिणती पाहण्याची ताकद ह्यांच्यात नाही. कारण ती फार फार लहान माणसे आहेत. विध्वंसाला घाबरणारी. तो न पेलवणारी, आणि म्हणूनच ह्यानंतरचा नाटकाचा भाग केवळ कुजबुजीच्या स्वरूपात बोलला गेला आहे. अगदी खालच्या आवाजात. एक प्रकारच्या अपराधी भावनेने. “आफ्टर ऑल, धिस्‌ वॉज जस्ट ए गेम!” हे वाक्य बोलतानासुद्धा हीच अपराधी भावना आहे. अखेर सर्व जण निघून जातात.

आता रंगभूमीवर आहेत फक्त सामंत आणि बेणारे. त्याला काही सुचतच

नाही. अशा वेळी आपण धैर्याने पुढे व्हायला पाहिजे हे त्याला जाणवते. कळते पण वळत नाही. अखेर तोही तसा सामान्यच. पण माणुसकी असलेला. मोठे होण्याचे धैर्य असायला पाहिजे होते, असे त्याला मनोमन वाटतही असेल. पण ते प्रत्यक्षात घडून येत नाही. आणि फक्त एकच गोष्ट तो करतो. पहिल्या अंकात बेणारेने सहज ''फाइन्'' म्हणून म्हटलेला, त्याच्या पुतण्यासाठी आणलेला, पोपट तो तिच्याजवळ ठेवतो. तिच्याकरिता तो एवढेच करू शकतो. तो निघून जातो. आणि मग ''चिमणीला मग पोपट बोले, का ग तुझे डोळे ओले?'' ह्या बालगीताच्या पार्श्वभूमीवर पडदा पडतो. नाटक संपते. बेणारे हेच गीत पहिल्या अंकात गुणगुणलेली असते— मजेत.

–अरविंद देशपांडे

शांतता!

'रंगायन' ही संस्था झाल्या दिवसापासून विजया जयवंत-खोटे- मेहता या 'रंगायन'च्या एकमेव केंद्रबिंदू होत्या. त्यांनी म्हणावे आणि तसे व्हावे हा अलिखित कायदा होता. त्यांनी सांगावे आणि इतरांनी त्याप्रमाणे करावे ही रीत होती. 'रंगायन' म्हणजे विजयाबाई आणि विजयाबाई म्हणजे 'रंगायन', असे सर्वत्र मानले जात होते आणि ते तसे चूकही नव्हते. विजयाबाईंची बलस्थाने ही जशी 'रंगायन'ची बलस्थाने होती, तशा विजयाबाईंच्या मर्यादा एका साहजिकपणे 'रंगायन'च्या मर्यादा होत्या. रंगभूमीविषयी 'रंगायन'ची समज विजयाबाईंची समज होती आणि तिच्यात घडत गेलेले बदलही विजयाबाईंच्या रंगभूमीविषयक समजुतीत घडत गेलेल्या बदलाची सरळ प्रतिबिंबे होती.

यात फरक दोनदा झाले. एकदा त्या पती हरी खोटे यांच्या बदलीमुळे मुंबई सोडून जमशेदपूरला काही काळासाठी गेल्या तो कालखंड. म्हणजे १९५९चा आणि दुसरा त्या अशाच कारणाने इंग्लंडला गेल्या तो कालखंड १९६५ ते १९६७ असा होता.

पहिल्या कालखंडात माधव वाटवे यांनी 'चिमणीचं घर होतं मेणाचं' हे नाटक 'रंगायन'साठी दिग्दर्शित केले. माधव वाटवे 'रंगायन' पैकीच, परंतु विजयाबाईंच्या उपस्थितीत त्यांना 'रंगायन' मध्ये दिग्दर्शक बनता आले नव्हते.

दुसऱ्या कालखंडात अरविंद देशपांडे यांनी 'रंगायन'साठी चार नाटके दिग्दर्शित केली. एक सरिता पदकींचे 'बाधा', दुसरे 'शांतता! कोर्ट चालू आहे', तिसरे मीच केलेले 'हेस्टी हार्ट' या पाश्चात्त्य नाटकाचे भाषांतर 'लोभ

नसावा ही विनंती' आणि चौथे माझे 'दंबद्वीपचा मुकाबला' हे नाटक. अरविंद देंशपांडेदेखील प्रामुख्याने 'रंगायन'मध्ये घडलेले. विजयाबाईंच्या काळात त्यांनाही स्वतंत्रपणे 'रंगायन'मध्ये नाटक दिग्दर्शित करण्याची संधी मिळालेली नव्हती. वाटवे आणि देंशपांडे यांच्यातील नेतृत्वाचे गुणदेखील विजयाबाई असेतोवर कसाला लागण्याचा प्रश्न आला नव्हता. ते कनिष्ठ अनुयायीच होते. विजयाबाई मुंबईतून दीर्घ काळासाठी म्हणून दूर जाताच, त्यामुळे 'रंगायन'मध्ये नेतृत्वाची समस्या तयार व्हावी हे अपरिहार्य होते. दोन्ही कालखंडात ते घडले. संस्था नेतृत्वहीन झाली. संस्थेची धुरा कोणी वाहावी, असा गंभीर प्रश्न निर्माण झाला. नेतृत्व दोन्ही प्रकारचे. बौद्धिक आणि संघटनात्मक.

वास्तविक पहिल्या (१९५९या) कालखंडात अरविंद देंशपांडे हे 'रंगायन' मध्ये होते. परंतु नेतृत्व माधव वाटवे यांच्याकडे गेले. वाटवे त्यासाठी तयार नव्हते. जरूर तो आत्मविश्वास त्यांच्याकडे नव्हता. त्यांना 'संकटकालीन कर्णधार' व्हावे लागले. देशपांडे मागे राहिले. त्या काळात साहित्य संघाच्या नाट्यविभागात त्यांची गुंतवणूक नट म्हणून 'रंगायन'पेक्षा काहीशी जास्त होती असेही आठवते.

दुसऱ्या (१९६५ ते १९६७ या) कालखंडात वाटवे 'रंगायन'च्या परिसराबाहेर गेले होते. विजयाबाईंच्या विलायतगमनाबरोबर त्यांच्या ज्या अनुयायांचा 'रंगायन' मधला सहभाग कमी झाला त्यात वाटवे प्रामुख्याने होते. अरविंद देशपांडे 'रंगायन'मध्ये होते. पहिल्या कालखंडात जसे वाटवे एका अपरिहार्यपणे 'संकटकालीन कर्णधार' बनले तसेच दुसऱ्या कालखंडात अरविंद देशपांडे यांना बनावे लागले.

विजयाबाई मुंबई न सोडत्या तर वाटवे आणि देंशपांडे यांना 'रंगायन'मध्ये दिग्दर्शक बनण्याची संधी केव्हा मिळाली असती, ती मिळाली असती किंवा नाही, हे सांगता येत नाही. मिळाली नसती असे म्हणण्यालाच जागा आहे, कारण 'रंगायन'च्या नाट्यनिर्मितीच्या दर्जाविषयी विजयाबाईंच्या ठाम कल्पना होत्या. त्यात हे दोघेही बसू शकत नव्हते असे विजयाबाईंना वाटे आणि ह्या दोघांनाही कदाचित तसेच वाटत असावे. नेतृत्वाचे आव्हान या दोघांनी कधीही संस्थेत उपस्थित केले नाही. तरीही 'रंगायन'मध्ये आपल्याला दिग्दर्शन करण्याला मिळावे, ही चुळबूळ अरविंदच्या मनात असे, असे आठवते.

अरविंदची संधी आली ती विजयाबाई इंग्लंडला रवाना झाल्या तेव्हा.

त्याच्या नाट्यकारकीर्दीतला तो 'टर्निंग पॉईंट' ठरला. दिग्दर्शक म्हणून अरविंद इथून पुढे वर आला. परंतु इतकेच नव्हे. 'रंगायन' या संस्थेची धुरा त्याच्या खांद्यावर आली. त्याला 'नेतृत्व' करावे लागले. विजयाबाईंच्या जागी संस्थेचा कर्णधार म्हणून उभे राहणे सोपे नव्हते. अरविंदलाही ते सोपे वाटत नव्हते. त्याने विजयाबाई असताना किंवा नसताना असा प्रयत्न केला असता हे संभवत नाही. त्याबरोबर अंगावर पडलेली जबाबदारी झटकून दूर होणेही त्याच्या वृत्तीत नव्हते. त्यामुळे ही नवी जबाबदारी त्याने घेतली आणि पुन्हा १९६७ मध्ये विजयाबाई इंग्लंडहून परतेस्तोवर ती समर्थपणे पेलली.

'शांतता!'ची निर्मिती आणि दिग्दर्शन हा या कामगिरीतला महत्त्वाचा भाग होता. १९६७ अखेरी 'शांतता!' प्रथम रंगमंचावर आले. राज्य नाट्यस्पर्धेत पहिला प्रयोग २० डिसेंबर रोजी दुपारी दोन वाजता मुंबईच्या रवींद्र नाट्यगृहात झाला.

कोयना भूकंपानंतरचे ते दिवस. वीज-कपातीमुळे रात्रीचे प्रयोग बंद होते. दोन प्रहरची वेळ. नाट्यगृहात एअरकंडिशनिंग नव्हते. त्यात नाट्यगृह प्रेक्षकांनी भरले होते. मोठेमोठे पंखे चालवण्यात येत होते तरीही प्रचंड उकडत होते. पंख्यांच्या घोंघावण्याने नाटकाचे संवाद प्रेक्षागृहाच्या काही भागापर्यंत पोचू शकत नव्हते. रंगमंचावर आणि मागे जबर उकाडा होता. यातच नाटकाचा अखेरचा भाग प्रयोगाआधी काही वेळच प्रथम बसवण्यात आला होता. त्यामुळे शेवटी काय होणार, ते नटांनाही पक्के माहीत नव्हते. उकाड्याने अधलेमधले काही प्रेक्षक नाटक सुरू होताच प्रेक्षागृहात पसरलेल्या अंधकारात छान झोपले होते. उरलेले उकाड्याने बेजार होते.

या नाटकाचा आरंभापासूनचा एकूण इतिहास कु-मुहूर्तावर जन्मलेल्या 'बाळा'सारखा होता.

विजयाबाई परदेशी गेल्याने संस्था हवालदिल. संस्थेचा 'खजिना'ही खाली. दोन-चारशे रुपये बँकेत असले तर असतील. हाती एखादे नवे नाटक नाही. चालणारे प्रॉडक्शन नाही. संस्थेत मुळातच नाव काय ते विजयाबाईंना. त्यामुळे त्यांच्या मागे संस्थेत नाववालेही कोणी नाही. जमेच्या बाजूला तरुण, धडपडत्या, नाटकप्रेमी माणसांचा एक संच. संस्थेने चुकतमाकत, परंतु निर्माण केलेला एक

छोटा प्रेक्षकवर्ग. संस्थेचे स्वत:चे म्हणून फक्त नाव— 'बॅनर!'

अरविंद, नारायण पै, अरुण काकडे, राम शितूत, श्रीकांत लागू, सुलभा देशपांडे, राजा बापट, विजय दाते, प्रभाकर गोखले हा आमचा मुख्य संच. यातले कोणी उत्साही नट, कोणी उत्साही तंत्रज्ञ, कोणी अडल्यापडल्याला कोणतेही काम करण्याला हसतमुखाने तयार. श्री. पु. भागवत अध्यक्ष. मुळात ते नाटकाच्या दैनंदिन व्यवहाराविषयी अनुत्सुक, कार्यव्याप्त. त्यात त्यांचाही संस्थेतला रस विजयाबाई गेल्याने ओसरल्यासारखा होता. परंतु ते होते आणि मी उपाध्यक्ष.

लागूंच्या दादरमधल्या चांदीसोन्याच्या दुकानात आणि लगतच्या त्यांच्या बिऱ्हाडात संस्थेची बैठक. सर्व गाठीभेटी, चर्चा बहुधा तिथे रात्री जमून व्हायच्या. अशा एका चर्चेत ठरले की (मी या चर्चेला नव्हतो) संस्था पुढे चालवायची. अरविंदने नेता व्हायचे. राज्य नाट्यस्पर्धा तोंडावर आली होती, तिच्यात एक नाटक त्याने करायचे. नाटक तर नव्हते. जुन्यातले करणे सदस्यांना रुचत नव्हते. स्पर्धेत नव्या नाटकाला वाव जास्त. तेव्हा हे नाटक मी लिहायचे असे ठरले. कारण दुसरा हक्काचा नाटककार संस्थेकडे नव्हता आणि माझ्या नाटकांचा सराव संस्थेला होता.

हे ठरवताना मला विचारण्याचा प्रश्न नव्हताच. संस्थेचा माझ्यावर हक्क होता असे सर्व मानत होते. संस्थेने दबाव टाकला तर मी लिहितो असा अनुभव देखील होता. इतर कोणा नाटककारामागे लागण्याला अवधीही नव्हता.

पुन्हा विजयाबाई नाहीत म्हटल्यावर संस्थेला एखादा मान्यवर नाटककार नाटक देईल, ही शक्यता कमीच होती.

तेव्हा मी नाटक लिहायचे परस्पर ठरून ते माझ्या कानांवर पुढल्या बैठकीत प्रेमाने घालण्यात आले.

स्पर्धा तोंडावर आलेली. एखादे नाटक मनाशी घेऊन ते व्यवस्थितपणे लिहिण्याला वेळ तरी हवा? तो नव्हता. त्यात नाटक लिहिण्याच्या परिस्थितीतच मी नव्हतो. काही काळ केवळ लेखनावर जगण्याची धडपड करून ती फसते असे दिसू लागल्याने नुकतीच एक नोकरी घेतलेली. लेखनाशी तिचा दूरचादेखील संबंध नव्हता. त्यामुळे तिच्याशी जमवून घेण्याच्या प्रयत्नात मी होतो आणि ते

जमावे तसे जमत नव्हते. शरीर तर थकून जाईच पण मनदेखील थके. त्यातच वैयक्तिक आयुष्यात एका ताणातून मी चाललो होतो. लिहिण्या-वाचण्यात कशातच मन लागत नव्हते. नाटकासारखे मोठ्या पल्ल्याचे काही मनात घेण्याची कल्पनाही दु:सह्य होती. मी म्हणालो, 'मला जमणार नाही. माझ्यावर मुळीच अवलंबून राहू नका.'

माझा नकार जिवाला लावून घेणारी ती मंडळी नव्हती. विजयाबाईंच्या तालमीत ती याही बाबतीत थोडीफार तयार झालेली होती. ठेवणीतले लाघवी हास्य करीत, ठेवणीतला आर्जवी आवाज काढून मला समजावणे सुरू झाले. मी ठाम नकार भरत राहिलो.

काही वेळ असे चालले आणि काही जमत नाही, मी 'बधत' नाही, असे पाहून आमच्या नाटक मंडळीने ठेवणीतले अस्त्र काढले.

'तुम्ही नाटक दिले नाहीत तर 'रंगायन'चे नाटक स्पर्धेत होणार नाही. स्पर्धेत यंदा नाटक नाही तर संस्थेला एखादे बक्षीस मिळण्याची शक्यता नाही. बक्षीस म्हणजे पैसे नाहीत. म्हणजे 'रंगायन' बंद. बघा! तुम्हांला चालेल 'रंगायन' बंद झालेले?'

खरे तर ज्या मन:स्थितीत त्या काळात मी होतो त्या मन:स्थितीत जग बंद पडते तरी मला चालले असते. पण 'रंगायन' म्हणजे मर्मावर बोट होते. त्यात मी नाटक न दिल्याने 'रंगायन' बंद होणार. म्हणजे पाप माझ्या बोडक्यावर

माझा वैताग झाला. तो मी समोरच्या माणसांवरही थोडाबहुत काढला. पण एकत्र काम केलेली माणसे एकमेकांना तशी जोखून असतात, तसे ते मला जोखून होते. माझा वैताग त्यांनी कानापलीकडे जाऊ दिला. त्यांच्या निर्णायक अस्त्राचा परिणाम माझ्यावर झाला आहे एवढे त्यांना समजले होते आणि वर वर दु:खी आणि गंभीर मुद्रा ठेवून आतून ते सुखावले होते. एकमेकांत त्यांची चाललेली नेत्रपल्लवी मी पाहत होतो.

हेही खरे की आपल्यावर कोणी एवढे भरवसा ठेवून आहे ही भावना नाही म्हटले तरी लेखकाला सुखावतेच.

मी माझे गांभीर्य न सोडता, शक्य तेवढा ठाम आवाज काढून 'नाही' म्हणत राहिलो. पण मी नाटक लिहिणार हे ठरल्यात जमा होते.

स्पर्धेचा फॉर्म भरून पाठवून देण्यात आला. नाटकाच्या नावाचा स्तंभ कोरा

ठेवला असणार किंवा 'तेंडुलकर यांचे नवे नाटक' असे काहीतरी त्या जागी लिहिलेले असेल. सहज म्हणून, पण माझ्याकडून नोंद घेतली जाईल अशा पद्धतीने, हेही मला एके दिवशी ऐकवण्यात आले.

पहिले थोडे दिवस तसेच गेले. नाटकाचे काहीतरी बघायला हवे असे मी मोघमपणे स्वत:ला अधूनमधून बजावीत होतो आणि माझे नेहमीचे उद्योग करीत होतो. पण एकीकडे याचे ओझे दिवसगतीने वाढू लागले. नाटक लिहिणे भाग होते. निदान प्रयत्न तरी करायला हवे होते. काहीही करीत असलो तरी मेंदूत कुठेतरी ही टोचणी एकीकडे चालू राहू लागली. झोपेतही हे एकेकदा डोक्यात येऊ लागले. असलेल्या ताणांच्या जोडीला हा नवा ताण येऊन बसला. चिडलो की मनाशी स्वत:ला आणि 'रंगायन'ला नको नको ते अपशब्द मी बोलून घेऊ लागलो. 'पडले बंद तर पडू दे, मी काय करणार' असे स्वत:ला सांगू लागलो.

एक दिवसाआड अरविंदचा मला न चुकता फोन येई. "काय करता?" असे तो विचारी. "जमेल हो" अशी खात्री देई. "जरा लवकर काहीतरी बघा" असे म्हणत फोन ठेवून देई. त्या वेळी 'पाहतो' 'बघतो', 'प्रयत्न करतो' यापलीकडे माझ्या तोंडून काही निघत नसे. स्वर नेहमीचा सौम्य असे. रिसीव्हर खाली ठेवला की माझा राग उसळून येई.

नोकरीत कामांचा रेटा वाढतच होता. खासगी आयुष्यातला ताण स्वस्थ झोप मिळू देत नव्हता, आणि आपण नाटक न लिहिण्याने 'रंगायन'ला लागलेले टाळे आणि उडालेला हाहा:कार कल्पनेत कायम दिसत होता.

त्यात नाटक लिहायचे ते मनाला येईल ते नव्हे. त्यावर बंधने होती. नव्या नेपथ्याची, कपड्यांची, प्रॉपर्टीची गरज नसलेले (कारण संस्थेचे बँकेतले खाते खाली होते.) आमच्या संचात बसू शकेल असे. (अरविंद आणि सुलभा एवढी दोनच जरा अधिक अभिनयकुशल माणसे तेव्हा 'रंगायन'कडे उरली होती. नारायण पै होता, पण विशिष्ट प्रकारच्या भूमिकांसाठीच तो चांगला होता.) स्पर्धेत चालणारे (कारण बक्षिसाची अपेक्षा होती) आणि मुख्यत: झटपट लिहून होणारे.

इतरांची स्पर्धेची नाटके एव्हाना बसतदेखील आल्याने 'रंगायन' बाहेरचे गुणी नट इतर नाटकांतून 'बिझी' झालेले असणे साहजिक होते.

विषयांचा शोध मनोमन सुरू झाला. अनेक विषय या अटींना उतरण्यासारखे नसल्याने मनातल्या मनातच एकामागून एक बाद होत होते.

नोकरीवर, कामात माझे मन गुंतेनासे झाले. घरीही कोणाशी कामापलीकडे बोलणे बंद पडले. डोके कायम चढलेले असे. थोड्याशा निमित्ताने माझा तोल जाई. माझ्या वाटेला कोणी जाईनासे झाले. यंत्रमानवासारखा सर्व दैनंदिन गोष्टी मी करीत होतो पण त्यात कुठेही मी नव्हतो.

त्याचबरोबर लिहिण्याची हरवलेली ऊर्मी काही केल्या परत येत नव्हती. एखादे वेळी मी पेन उघडून कागद ओढून सुन्न बसे. एरवी डोक्यात चालणारे विषय अशा वेळी बेपत्ता होत.

दिवस उगवत होता, मावळत होता. स्पर्धा जवळ येत होती. अरविंद आणि त्याच्या 'रंगायन'मधल्या सवंगड्यांचे फोन येत होते. आता त्यांच्याही स्वरात चिंता असे.

मग सक्तीने कागदावर काहीतरी उतरवणे सुरू झाले. काहीतरी मनाशी घेऊन किंवा काहीच मनाशी न घेतादेखील मी कागदावर संवाद खरडू लागे. थोडे लिहिले की गाडी थंडावे. लाथ मारून ती पुन्हा मी सुरू करी. पुन्हा ती थंड पडे. अशी दोन-चार पाने भरत.

अरविंदला काही ना काही दाखवणे भाग असल्याने माझ्या प्रतिभेवर मीच केलेले हे बलात्कार मी अरविंदला दाखवी.

तो ते लक्षपूर्वक दोनचारदा वाचे. तेवढ्या चार पानांवरून नाटकाचा अंदाज कोण बांधू शकणार?

"पुढे काय होते?" तो मला गंभीर आणि विचारमग्न मुद्रेने विचारी.

"मला ठाऊक नाही." माझे थंड उत्तर. खरेच मला ठाऊक नसे.

"पुढे लिहा." तो कागद मला परत करीत म्हणे.

"पण कसे वाटते? काही अर्थ वाटतो?" मी आशाळभूतपणे विचारी.

"नक्कीच," तो खोटे खोटे म्हणे, "आता वेळा लावू नका. दिवस थोडे राहिले. घाई करा."

पुन्हा मी त्याला भेटे तो नव्याच विषयाचे चार कागद घेऊन.

"ते कालचे काय झाले?" त्याचा प्रश्न.

"जमत नाही. हे नवे लिहिले." माझे बेमुर्वत उत्तर.

तो काय म्हणणार? माझ्या नव्या लेखन-शिकस्तीचे तो माफक कौतुक करी. "आता हे तरी पुरे करा" म्हणून कागद परत देई.

पुन्हा पुढच्या दिवशी नवेच तीन-चार कागद. वेगळ्याच विषयावरचे. 'पुढे काय घडते' या त्याच्या प्रश्नाला माझे ठरीव उत्तर : "मला माहीत नाही."

आणि एका रात्री ते घडले.

मी विलेपार्ले या मुंबईच्या उपनगरात राही. लोकल-रेल्वेने प्रवास करी. स्टेशनपासून घर चालत विसेक मिनिटांच्या अंतरावर होते. तेव्हा रस्ते चालण्यायोग्य असत. या विसेक मिनिटांत माझे चालणे होई तसे महत्त्वाचे चिंतनही घडे. त्या रात्री आठ-साठेआठचा सुमार असेल; मी विलेपार्ले स्टेशनचा जिना उतरून रस्त्याकडे आलो. माझ्या ध्यानी नव्हते, पण ते नवरात्रीचे दिवस होते. स्टेशनजवळचा रस्ता गजबजलेला होता. नित्यासारखा रस्त्याने निघणार तो हाक आली, 'तेंडुलकर.' मी वळून पाहिले. ते रमेश चौधरी होते. ते नट होते, दिग्दर्शक होते. काही हौशी नाटकांतून त्यांना मी पाहिलेले होते. एरवीही ते तसे ओळखीचे होते. ते गिरगावात तेव्हा राहात.

चौधरींबरोबर एक घोळका होता. त्यात एक-दोन स्त्रिया होत्या. पार्ल्यात ही मंडळी माझ्या आधी येऊन पोचली असावीत. त्यांना 'देशस्थ ऋग्वेदी ब्राह्मण समाजा'च्या हॉलवर जायचे होते. तिथे त्यांचा अभिरूप न्यायसभा किंवा लोकसभेचा कार्यक्रम होता. बहुधा न्यायसभाच असावी.

"चला माझ्याबरोबर. माझ्या वाटेवरच तो आहे." मी म्हटले आणि चौधरी माझ्यासोबत आणि बाकी मंडळी आम्हा दोघांच्या मागेपुढे अशी निघाली.

चालता चालता चौधरींबरोबर माझ्या गोष्टी चालल्या होत्या आणि चौधरींबरोबरचे इतर आमच्या पुढेमागे चालत आपापसात बोलत होते.

या बोलण्याकडे माझे बारकाईने लक्ष नव्हते, पण मधूनच तुकडे कानांवर पडत होते. अभिरूप न्यायसभेच्या खेळातल्या आपल्या कामाची धावती उजळणी ती मंडळी चालता चालता करीत होती. मी हे बोलेन, मग त्यावर तू ते बोल. असे काहीतरी चालले होते. मग लक्षात आले की त्यांच्या पोशाखातही वेगवेगळेपणा होता. ते वठवणार असलेल्या भूमिकांच्या सोयीने त्यांनी पोशाख केले असावेत.

देशस्थ ऋग्वेदी ब्राह्मण संघाचे सभागृह आले. श्रोत्यांचे घोळके जमून

बाहेर उभे होते. एरवी सुनेसुने असे ते सभागृह कार्यक्रमासाठी दिव्यांनी उजळले होते. चौधरी आणि इतरांना मी तिथे सोडले त्या क्षणी 'शांतता!'चे पहिले बीज माझ्या मनात पडले असे म्हणता येईल.

मी 'रंगायन' साठी लिहायचे नाटक अभिरूप न्यायसभेचा खेळ करणाऱ्यांवर असणार हे तेव्हा ठरले. त्या सभागृहाच्या जागी मला आडगावचे तसलेच जुनाट सभागृह दिसले. चौधरी आणि इतर खेळकऱ्यांच्या जागी मला 'रंगायन'ची आमची मंडळी दिसली. नट म्हणून त्यातल्या अनेकांना मर्यादा असल्या तरी या भूमिका ते फार सहजी, विनासायास करू शकणार होते. आमचे लागू, पै, राजा बापट, अरविंद आठवले, गोखले, काकडे यांचे चेहरे नजरेपुढे आले. नव्या नेपथ्याचाही खर्च नव्हता. मग सुलभा आठवली. याच 'अभिरूप' संचातली एक, पण वेगळी. ही शिक्षिका असणार हेही ठरले. सुलभा देशपांडे त्या काळात शिक्षिकाच होत्या, त्यामुळे असेल.

घरी पोहचेपर्यंत नाटक माझ्या मनात बोलू लागले होते. आडगावात नवरात्रीत 'अभिरूप न्यायसभे'चा खेळ करणारी मंडळी जरा आधीच पोचते. गावचा एक माणूस त्यांना वाट दाखवतो. या शहरी माणसांची गंमत वाटून तो मग तिथेच त्यांच्यात थांबतो. त्यापुढे काहीतरी होते. शिक्षिका सुलभा देशपांडे हिच्याभोवती ते होते. तिच्या संबंधात होते.

रात्री शरीर बिछान्यावर पडले पण मेंदू झोपी जाण्याला तयार नव्हता. तो धावत होता. थबकत होता. पुन्हा धावत होता. मध्यमवर्गीय 'अभिरूप' संच. खऱ्या आयुष्यात सर्व छोटी माणसे. चाळीत राहणारी. कुणी कारकून, कुणी सामान्य कुवतीचा कॉलेज विद्यार्थी. कुणी प्रॅक्टिस न चालणारा वकील. कुणी घरेलू गृहिणी. 'खेळा'त सर्व महत्त्वाचे होतात. शास्त्रज्ञ, पत्रकार, न्यायाधीश, आरोपीचा वकील, फिर्यादीचा वकील, साक्षीदार, प्रोफेसर, समाजसुधारक.

या मंडळींतला हा बदल कल्पनेने मला विलोभनीय दिसू लागला. या स्थित्यंतराने यांचे काय होऊ शकेल, ते लक्षात येऊ लागले. चाळीतला फडतूस वकील एकदम आपला गंज झटकून आपले 'प्रॅक्टिस'विना निरुद्योगीपणाने सुटलेले थुलथुलीत शरीर सावरीत फुलून उभा राहतो. भाड्याचा काळा झगा पांघरून म्हणतो, 'मिलॉर्ड!' कारकुनीत आयुष्य गेलेला काशीकर डोक्यावर घाईघाईने 'विग' ठेवून 'जज्ज' बनतो. घरेलू गृहिणी महत्त्वाची साक्ष देण्यासाठी

सजून सज्ज होऊन साक्षीच्या पिंजऱ्यात येते.

या सर्व 'खेळा'त मध्यभागी सुलभा, एक शिक्षिका. हिचे लग्न झालेले नाही. तिशी ओलांडली आहे. वरवर थट्टेखोर, सर्वांच्या वाटेला जाणारी, पण स्वत:चे एक त्रासदायक गुंतागुंतीचे आयुष्य कोणाच्या हाती लागू न देण्याबद्दल दक्ष.

काय असेल तिचे आयुष्य?

इथे मनाच्या रंगमंचावरचा प्रोफेसर एकदम 'सजीव' झाला. बेणारेच्या आयुष्यातला पुरुष.

न्यायसभेच्या 'खेळा'त हा प्रोफेसर मला प्रारंभी दिसत होता. नंतर मी तो गैरसोयीचा ठरवून 'खेळा'बाहेर सारून दिला. तो आयत्या वेळी 'खेळा'ला आलाच नाही. कारण काहीही. यात मला फार मोठी सोय दिसू लागली. 'खेळ' रंगू लागला– अर्थात फक्त मनाशीच. दुसऱ्या दिवशी कामाच्या गर्दीत सवड सापडली तेव्हा अरविंदला विषय सांगितला. तो त्याला आवडला. नाव सांगितले, 'शांतता! कोर्ट चालू आहे.' तेही कायम झाले. लिहू लागलो. पण आदल्या रात्री जे जाणवले होते ते लिहिताना आता सापडत नव्हते. लेखन यांत्रिकपणे पुढे पुढे सरकत होते पण जाणवलेले हरवत होते.

पहिला अंक लिहून झाला. लिहिलेले पुन्हा वाचण्याची इच्छा नव्हती. तरी वाचला. वाचल्यावर स्वत:शी म्हणालो, पहिल्या अंकात यापेक्षा आणखी काय होणार? वाईट नाही. दुसरा अंक जास्त चढेल. वाटल्यास मग पुन्हा पहिला घेऊन त्यावरून थोडाफार हात फिरवता येईल. इन द गिव्हन सिच्युएशन धिस कॅनॉट बी बेटर. तेव्हा ठीक आहे. अंक अरविंदच्या हवाली केला.

अरविंदचीही आता वेळेशी शर्यत सुरू झाली होती. एकेक मोलाचा दिवस उलटत होता. स्पर्धेतल्या प्रयोगाची तारीख जवळ सरकत होती.

पहिल्या पात्र-योजनेत गावचा वाटाड्या माणूस (सामंत) कोणी वेगळा नट होता. आता कोणालाच त्या नटाचे नाव आठवत नाही. तीनचार तालमीत त्या जागी अरुण काकडेंना आणण्यात आले. मुळात माझ्या मनात 'सामंत' काकडेच होते. पण काकडे रंगमंचावर येते तर रंगमंचामागे एक महत्त्वाचा माणूस कमी पडणार होता, म्हणून अरविंदने दुसऱ्या नटाला ते काम देऊन पाहिले. श्रीकांत

लागू 'पोंक्षे द सायंटिस्ट' (इंटर फेल) म्हणून माझ्या मनाशी लिहितानाच होता. श्रीकांतचे व्यक्तिमत्त्व त्यासाठी मला हवे तसे होते. स्वत: अरविंद किंवा नारायण पै 'जज्ज' काशीकर होणार हे अर्ध्या अंकात मला कळले होते. त्यांच्या कोणाहीसाठी ती भूमिका 'टेलर मेड' होती. अरविंदने नाटकाच्या बाहेर राहायचे ठरवले. मुख्य प्रश्न होता वकील सुखात्मेचा. नाटकात हे फार महत्त्वाचे 'पात्र' ठरणार होते. (नाटक अजून अर्धेअधिक लिहायचेच होते.) 'वाजे पाऊल आपुले' या विश्राम बेडेकर यांच्या नाटकात पूर्वी एका छोट्या भूमिकेत एका नटाला मी पाहिले होते आणि त्याच्या व्यक्तिमत्त्वाचे वेगळेपण आणि अभिनयाचे सामर्थ्य माझ्या मनात राहून गेले होते. त्याचे नाव सतीश दुभाषी. मी सतीशचे नाव 'सुखात्मे'साठी सुचवले आणि अरविंदला ते पटले. सतीश मोकळाही होता. भोपटकरबाई सौ. काशीकर या भूमिकेत कशा आल्या, ते आता स्मरत नाही. विजय कालगावकर बाळू म्हणून राहिला. तो पूर्वी अरविंदच्या 'बाधा'च्या प्रयोगात होता. राजा बापट पूर्वीपासून 'रंगायन'च्या नाटकातून असेच, तो 'कर्णिक' झाला.

नाटकाचा पहिला अंक अरविंदच्या हाती देऊन टाकल्यावर मी त्याचे पुढे काय झाले, त्याची चौकशीदेखील केली नाही. दुसऱ्या अंकात मी होतो. त्यातही मजा येत नव्हती.

आणि एके दिवशी दादरच्या रेल्वे स्टेशनात मनात आले की पहिल्या अंकाचे आमचे लोक काय करतात ते एकदा पाहावे. तालमीकडे फिरकावे.

तालमी दादरच्याच, मुलींच्या छबिलदास शाळेच्या पाचव्या मजल्यावर एका हॉलमध्ये चालत.

कंटाळलो होतो. थकलोही होतो. एकदा वाटले, मरू दे. सरळ घरी पोचू या. पण मन टोचत राहिले. स्टेशनच्या फलाटावर गाडी आली असताना मी परत फिरलो आणि तालमीत हजर झालो.

मी लिहून दिलेला पहिला अंक जवळ जवळ बसला होता. मला तो दाखवण्यात आला. नकला तोंडपाठ होत्या. हालचाली सुविहित होत्या. सर्वजण काम चोख करीत होते. अंक संपला. अरविंद माझ्याकडे पाहत होता. मी त्याच्याकडे पाहणे टाळत होतो.

तो स्थितप्रज्ञ चेहऱ्याने म्हणाला, "आय थिंक इट इज अ बंच ऑफ

डायलॉग्ज लीडिंग टु नथिंग.''

मी लिहिलेला पहिला अंक म्हणून मी जे पाहिले त्याची माझी मलाच लाज वाटत होती. त्याचबरोबर निर्लज्ज आणि बेगुमान व्हावे असेही वाटत होते. ''असेल तसा. मग काय?'' किंवा ''नाहीच मुळी, अंक बरा आहे'' किंवा ''तो तसाच असणार.'' अरविंदने माझे मत विचारताच मी तसे म्हणालोही असे आता काकडे सांगतात. मला आठवतो तो, मला ते सर्व पाहून झालेला संकोच. स्वत:चाच आलेला राग. उद्वेग. आमची 'रंगायन'ची मंडळी कष्ट घेऊन, सवयीच्या मन:पूर्वकतेने तो न जमलेला, पोकळ पहिला अंक करीत होती. अरविंदनेही तो मनापासून बसवला होता. चुकारपणा मी केला होता. अजून करणार होतो. असेच एक कसेतरी लिहिलेले नाटक त्यांच्या अंगावर फेकणार होतो आणि माझ्या जबाबदारीतून मोकळा होणार होतो. पण मोकळा तरी कसा होणार? त्या नाटकाचे स्पर्धेत हमखास भजे होणार होते. इतक्या सर्वांचे रात्रंदिवस केलेले परिश्रम माझ्यामुळे पाण्यात जाणार होते. संस्था बंद होणार होती.

हे सर्व मी का करणार होतो तर माझ्या वैयक्तिक अडचणींमुळे. एक नकोशी नोकरी. व्यक्तिगत ताण. 'मूड' नाही म्हणून.

मी अरविंदशी तिथे नंतर काय बोललो ते आता आठवत नाही पण घरी पोचताच त्या रात्रीपासून मी त्या नाटकाचा पहिला अंक नव्याने लिहिण्याला सुरुवात केली.

अरविंदला तसे कळवले.

म्हणजे त्या मंडळींचे तोवर केलेले श्रम व्यर्थ ठरले होते. पूर्ण बसलेला अंक रद्द झाला होता. विशेषत: स्पर्धेचा प्रयोग तोंडाशी आला असता हे वाया गेलेले दिवस फार महागात पडणार होते. पुनश्च हरि: ओम्... बसवलेले सर्व विसरून जायचे. नव्याने पाठांतर, नव्याने तालमी.

थकलेले शरीर, मरगळलेले मन आणि काळाशी शर्यत. रोज मी थकून, गळून घरी येई. दोन घास खाऊन पेन, कागद ओढून बसे. झोपेशी आणि थकव्याशी युद्ध करीत जेमतेम चार-सहा पाने लिही. पुढे लिहवत नसे. डोके काम करीनासे होई.

सकाळी अरुण काकडे (हेही पार्ल्यातच राहात) दाराशी हजर होत. मी

लिहिलेली पाने घेऊन त्यांच्या प्रती काढण्यासाठी धावत जात.

रात्री ती पाने दिग्दर्शक अरविंद तालमीत 'सेट' करी.

एकेकदा लिहिण्याला म्हणून बसून मी डोके टेकून झोपे तो रात्रीच केव्हा तरी धसकून जागा होई. मग तोंडावर पाणी मारून पुन्हा लिहिण्याला बसे. नको वाटे. मला आठवते, मी मनोमन अरविंदला आणि त्याच्या रंगायन-चमूला नको-नको ते बोलत असे, आठवतील त्या शिव्या घालत असे. सकाळी दाराची बेल ठराविक वेळी वाजली की माझ्या मनाचा, दाराशी आलेल्या काकड्यांना उद्देशून चडफडाट होई. एकदोनदा मी त्यांना रागाने काही बोललोही असे आठवते. नंतर पस्तावा होई. काकड्यांचे काय चुकले? ते काय घरचे काम म्हणून माझ्या दारी रोज सकाळी येतात? अरविंद काय त्याची वैयक्तिक चैन म्हणून पुरती आठ-दहा दिवसांची मेहनत पाण्यात जाऊ देऊन माझी तुटकीफुटकी चार-सहा पाने रोज रात्री नव्याने कष्ट घेऊन बसवतो आहे? ती माणसे काय त्यांच्या स्वार्थासाठी ही सारी धडपड करताहेत? पण मनातला राग काही केल्या जात नसे. मग मी स्वत:वर रागवी. पोटापाण्याचा उद्योग सोडून ही नाटके लिहिण्याची उस्तवारी तुला सांगितली कुणी?

नव्याने या लेखाच्या निमित्ताने मी 'शांतता'च्या दिग्दर्शनाबद्दलची अरविंदने तयार केलेली टिप्पणी वाचली. 'शांतता'च्या एका आवृत्तीत ती छापली होती. ती वाचताना मनात आले, या टिप्पणीत त्याने शब्दांत मांडलेला नाटकाच्या प्रयोगाचा सुरेख 'नकाशा' प्रयोग बसवताना त्याने कसा मनात आणला असेल? पूर्ण नाटक हाताशी नसताना (आणि नाटककारालाही माहीत नसताना) एखादा दिग्दर्शक रोज चार पाने या गतीने ते मनाशी कसे घेत असेल? कसे आपल्या प्रतिभेत मुरवत असेल? त्याचे संयोजन तालमीत कसे करीत असेल? त्याची समग्र संकल्पना कशी करीत असेल?

अरविंदचे मी या नाटकापुरते फार हाल केले. त्याची फार कठीण परीक्षा पाहिली. वेगळ्या परिस्थितीत अरविंदसारख्या सुजाण दिग्दर्शकाने असले काम अंगावर घेतले नसते. घेतले असते तर सोडून दिले असते. निदान एक पूर्ण अंक आणि पुढची कथाकल्पना तरी स्पष्ट हवी? परंतु बसवलेला पूर्ण एक अंक मोडीत जाऊ देऊन रोज चार पाने या पद्धतीने एक गंभीर नाटक केवळ पंचाहत्तर 'वर्किंग अवर्स' (हा अरविंदनेच नंतर दिलेला हिशेब!) किंवा जेमतेम

तीन आठवड्यात बसवावे लागणे, हे भयंकर कर्म जगात फार थोड्या दिग्दर्शकांच्या नशिबी आले असेल! 'रंगायन' साठी अरविंदने हे चिकाटीने आणि झटून केले. न डगमगता केले.

एवढ्याने भागले नाही. याच वेळी माझे दुसरे एक नाटक 'झाला अनंत हनुमंत' (अप्रकाशित) 'ललितकलादर्श' नाटक मंडळीतर्फे त्यांच्या एका महोत्सवासाठी बसू लागले आणि त्याचेही दिग्दर्शन मी अरविंदला घ्यायला लावले होते. हे नाटक वस्तुतः आधीच बसायचे किंवा नंतर बसायचे, पण ते नेमके या वेळी बसण्याचा योग आला. त्याची निर्मिती तंत्रदृष्ट्या 'शांतता' पेक्षा कितीतरी बिकट होती. तिच्यात अडचणीही अनंत आल्या आणि अरविंदची नेहमीची एकमार्गी एकाग्रता 'शांतता!' आणि 'अनंत हनुमंत' अशा दोन नाटकांत विभागली गेली. त्याला दोन्ही नाटकांकडे लक्ष द्यावे लागत होते. दोन्हींच्या अडचणी वेगवेगळ्या, परंतु सारख्याच जटिल. 'अनंत हनुमंत' काही वर्षे लिहून तयार होते पण त्याच्या निर्मितीत आयत्या वेळी अनपेक्षित समस्या येत गेल्या आणि 'शांतता!' एरवी तंत्रदृष्ट्या सरळसोपे, परंतु ते लिहूनच प्रयोगाआधी जेमतेम दोन दिवस पूर्ण झाले!

परवा, त्या दिवसांची उजळणी आम्ही जमून करीत असता श्रीकांत लागूने एक आठवण सांगितली. सरोजिनी वैद्य तेव्हा 'रंगभूमी परिनिरीक्षण' वगैरे बोर्डाच्या, म्हणजे नाटकांच्या सेन्सॉरच्या, सदस्या होत्या. त्या एकदा दादरला 'शांतता!'च्या तालमींकडे आल्या होत्या. ताजी आणि मधलीच चार पाने तेव्हा बसत होती आणि उरलेले नाटक विलेपार्ल्याला रात्रीत चार-पाच पाने या गतीने लिहिले जात होते. बाईंनी नाटकाविषयी जास्त चौकशी केली असावी, तेव्हा त्यांना हे कळले. "मग सेन्सॉर सर्टिफिकेटचे काय केले आहे?" त्यांनी विचारले असावे. "अजून नाटक पूर्ण लिहून झालेले नाही तर सेन्सॉरला काय देणार?" लागूने म्हटले. बाईंनी जरा विचार केला. म्हणाल्या, "वाचून तात्पुरते पास केले असे पत्र देते. पुढे काय करता ते करा."

अरविंद 'शांतता!' आणि 'हनुमंत' अशा गड-सासवडात धावू लागल्याने 'शांतता!'चे पहिले दोन अंक तालमीत सुलभाने बरेचसे बसवले, म्हणजे घरी अरविंद तिला पात्रांची कॉम्पोझिशन्स ठरवून देई आणि तालमीत सुलभा ती नटांकडून बसवून घेई, असे सुलभा सांगते. अरविंदने मात्र नाटकाच्या दिग्दर्शनाचे

श्रेय सुलभाला मिळावे असा आग्रह श्रेय-नामावलीच्या वेळी धरल्याचे लागू आणि इतर सांगतात. यात कधी कधी मीही अरविंदच्या अनुपस्थितीचा फायदा घेऊन नटांना सूचना करी. विशेषत: सतीश दुभाषी (सुखात्मे) आणि नारायण पै (काशीकर) यांना मी त्यांच्या भूमिकांचे अनेक बारकावे तालमीत सांगितले होते असे आठवते. झाले इतकेच की, 'शांतता!'च्या दिग्दर्शनासंबंधात एक शब्द-प्रयोग नटवर्गात चांगलाच प्रचलित झाला होता : 'बोर्ड ऑफ डायरेक्टर्स!'

नाटकाचे तुकड्यातुकड्यांनी चाललेले लेखन, दिग्दर्शकावर एका वेळी दोन नाटके बसवण्याची जबाबदारी, या जोडीलाच आणखी एक अरिष्ट नाटकाच्या प्रयोगाआधी दहा दिवस ओढवले. ते म्हणजे कोयनेचा भूकंप. याने मुंबईचे सर्व जीवनच अस्ताव्यस्त झाले. विजेवर निर्बंध आले. 'शांतता'च्या तालमी कंदील आणि मेणबत्त्यांत होऊ लागल्या. मध्येच एखादा नवा धक्का बसे. तालमीचा पाचवा मजला झोपाळ्यासारखा झुलू लागे. नट-मंडळी गडबडून खाली धावत. झुलणे थांबून स्थिरस्थावर झाले की पुन्हा तालीम पुढे सुरू होई. या संबंधात अरुण काकडे यांनी परवाच्या चर्चेत सतीश दुभाषीची एक आठवण सांगितली. पाचव्या मजल्याचा पाळणा झाला की बाकी मंडळी तालीम टाकून खाली धावत, तेव्हा सतीश एकटा तिथेच आपल्या जागी पाचव्या मजल्यावर उभा राही आणि ही धावपळ मजेत पाही. त्याला बोलवावे तर म्हणे, तुम्ही चला. मी नाही येत. सर्व परत येत तेव्हा तो गाणे गुणगुणत बसलेला असे.

या भूकंप प्रकरणाने स्पर्धेचा प्रयोग थोडा पुढे गेला, हा त्या अरिष्टातही म्हटला तर फायदा. परंतु भूकंपामुळेच तो प्रयोग ऐन दुपारी एअर कंडिशनिंगशिवाय, घोंघावणाऱ्या पंख्यांच्या घुमाऱ्यात, घामाच्या धारा पुसत करावा आणि प्रेक्षकांना बघावाही लागला. त्याहीपेक्षा, रंगमंचावरच्या अखेरच्या तथाकथित 'रंगीत' तालमी दोन प्रहरी किंवा भल्या सकाळी कराव्या लागल्या. नटमंडळीला नोकऱ्या-धंदे बुडवून (म्हणजे बुट्ट्या मारून) यासाठी यावे लागे आणि जरा उशीर झाला की 'एक्झिट' घेतलेला नट थेट कामावर जाऊन हजर होई. यामुळे नाटकाच्या अखेरपर्यंत रंगीत तालीम पोचलीच नाही. बेणारेच्या 'स्वगता'नंतर पुन्हा प्रकाश येई तेव्हा रंगमंचामागे शुकशुकाट असे. 'बेणारे', दिग्दर्शक अरविंद आणि व्यवस्थापक काकडे सोडून सर्व गायब! एकदा या तिघांच्या

सोबतीला मीही होतो. ''या परिस्थितीत हे नाटक काय होणार ते दिसतेच आहे'' हे किंवा असे काही म्हणून मी माझी नाट्यपूर्ण आणि संतप्त 'एक्झिट' घेतल्याची आठवण लागू, काकडे आणि भोपटकरबाई सांगतात.

त्या आधी नाटक पूर्ण हाती येऊन बसत आले तेव्हा दिग्दर्शक अरविंदच्या ध्यानी एक निराळीच आणि गंभीर अडचण आली. दोन मध्यांतरे घेऊनही स्पर्धेच्या नियमातील किमान वेळेत नाटक कमी पडणार, असे त्याला वाटू लागले. म्हणजे ते प्रयोगानंतर स्पर्धेतून केवळ या तांत्रिक मुद्यावर बाद ठरणार! तसे कोणत्याही परिस्थितीत होऊन चालणार नव्हते. इतक्या संकटांतून कसेबसे येथवर येऊन पोचल्यावर केवळ तांत्रिक मुद्यावर बाद व्हायचे म्हणजे काय उरले? तेव्हा माझ्या दिग्दर्शकाने एका तालमीत मला सचिंत चेहऱ्याने (हा त्याला केव्हाही फार चांगला जमे) याची हळूच कल्पना दिली आणि सुचवले की मी नाटक थोडे 'वाढवावे!' स्वत:च्या नाटकाला कलाकृती समजणाऱ्या आणि नाटक आपल्या मते पूर्ण करून 'सुटलो' (म्हणजे एका भयंकर छळातून) म्हणून अखेरचा नि:श्वास टाकून मोकळ्या झालेल्या नाटककाराला हे नव्याने सुचवणे म्हणजे केवढे धाडस! परंतु अरविंद हे करू शकत होता. माझ्या संतापाच्या मर्यादांची त्याला पूर्वकल्पना होती. मी (मनातल्या मनात) डोळे गरगरवले. ओठ कराकरा चावले आणि गुरगुरलो, ''ते शक्य नाही. लिहिलेल्या नाटकात बदल नाही. जे आहे ते कायम.'' बाह्यत: हे गुणगुणणेच दिसले असणार. अरविंद चष्म्यातून नाकासमोर पाहत म्हणाला, ''पण नाटक स्पर्धेत बाद होऊनही चालणार नाही.'' मी म्हटले, ''ते मला काही समजत नाही. या नाटकात नवे काही घालण्याला आता जागा नाही.'' अरविंद नाकावरच्या चष्म्याची भिंगे माझ्याकडे फिरवीत म्हणाला, ''आहे.'' ''नाही!'' मी निर्णायक उद्गारलो. अरविंदने जागा दाखवली. बेणारे नाटकभर तिचे मनोगत बोलली नव्हती. अखेरच्या भागात तर ती बव्हंशी मुकीच होती. नाटकात घडलेल्या एकूण प्रकाराबाबत तिचे म्हणणे काय ते आले नव्हते. नाटकातल्या लुटूपुटूच्या न्यायालयात 'आरोपी' बेणारेला रीतीनुसार तशी संधी 'न्यायमूर्ती' काशीकर यांनी दिलेली होती. दहा सेकंद आणि बेणारेने काही न बोलताच हे दहा सेकंद संपले होते. अरविंद म्हणाला, ''इथे तिला बोलता येईल.'' मी म्हटले, ''या मानवी जनावरांपुढे ती बचावाचा शब्दही बोलणे शक्य नाही.'' अरविंद म्हणाला,

"बचावाचा नव्हेच. ती बोलेल तो डिफेन्स नव्हे, डिफायन्स असेल." मी काही सेकंद गप्प झालो. त्याचा फायदा अरविंदने घेतला आणि मला त्याची मागणी मान्य करायला लावली. बेणारेचे प्रसिद्ध 'स्वगत' लिहायला लावले.

ते मी कसे लिहिले तो प्रसंगही संस्मरणीय आहे. संध्याकाळी दादरच्या स्मशानात माझ्या मोठ्या भावाचे मर्तिक उरकून मी तसाच तालमीच्या हॉलवर पोहोचलो. डोके थाऱ्यावर नव्हते. अरविंद आणि नटसंच म्हणाला, "आता स्वगत लिहून द्या." त्यांचाही इलाज नव्हता. ते बसवण्याला नंतर दिवसच नव्हते. मी म्हणालो, "आज नाही, नंतर." सर्वांनी नेट लावला, सत्याग्रहच केला. तालीम थांबवली. मला हॉलमध्ये कोंडले आणि सर्व बाहेर जाऊन उभे राहिले. माझे 'स्वगत' लिहून झाले तेव्हाच सर्व दार उघडून आत आले. मी लिहिलेले वाचून दाखवले. अरविंदने नंतर ते लगेच तालमीत घेतले.

त्या नाटकात दुसऱ्या अंकाच्या अखेरी बेणारे आपली पर्स आणि बॅग उचलून बाहेर जाण्याच्या बंद दाराकडे निघते. दाराची कडीही ती काढते. परंतु जाऊ शकत नाही. दाराची कडी बाहेरून लागली आहे. 'ही कडी कोण लावते?' असा अरविंदच्या मनाशी कूट प्रश्न होता. ही कडी लागलेली नसती तर बेणारे त्या हॉलबाहेर निघून गेली असती आणि नाटकच संपले असते. कडी लागल्याने बेणारेला जाता आले नाही आणि 'जज्ज' काशीकरांनी खटला पुढे सुरू व्हावा अशी सूचना दिली. सुखात्म्यांनी 'आरोपी' बेणारेला साक्षीच्या पिंजऱ्यात पाचारण केले आणि तिच्या सामुदायिक शिकारीचा तिसरा आणि अखेरचा निर्णायक अंक सुरू झाला. अरविंद म्हणे, ही कडी फार सोयीने लागली आहे. तर्काला हे पटत नाही. नाटककाराला हवे म्हणून हे घडले असे वाटते. ऑडिअन्सला हे पटणार नाही. मी म्हणे, कडी नाटककाराला हवी म्हणून नव्हे, नियतीला हवी म्हणून लागली आहे. बेणारेची शिकार ही त्या क्षणी बेणारेची नियती आहे, म्हणून कडी लागणे तर्कशुद्ध आहे. माझा युक्तिवाद पटणारे कोणीच नव्हते. तालमीत मी एकटा, विरुद्ध बोलून आणि न बोलून सर्व, असे सरळ विभाजन होते. युक्तिवाद करून मीही थकलो आणि गप्प झालो. अरविंद मात्र अस्वस्थ होता. त्यानंतर एका तालमीला मी होतो आणि दुसऱ्या अंकाच्या अखेरी बेणारे ठरल्याप्रमाणे दाराकडे निघाली. ती दाराकडे पोचणार तेवढ्यात पोंक्षे आणि कर्णिक आपल्या जागा सोडून दाराशी गेले

आणि तिला आडवे उभे राहिले. बेणारे अडली. आपल्या जागेकडे परतली.

मी स्तंभित पाहत होतो. हे माझ्या नाटकात नव्हते. हे कुठून आले? कोणी टाकले? अरविंद चष्म्याच्या कोपऱ्यातून माझ्याकडे पाहत होता. इतरही माझी प्रतिक्रिया आजमावीत होते. राग आवरत मी म्हणालो, ''हे काय आहे?'' अरविंदने खुलासा केला, ''मी नुसते बसवून कसे वाटते ते पाहिले. तुम्हांला पटले नाही तर मूळच्यासारखे करू. पण तुमचे ते कडी लागणे पटत नाही.'' त्याचा स्वर शांत तरी ठाम होता. त्यानंतर पुन्हा पूर्वीचाच युक्तिवाद करण्यात काही अर्थ नव्हता. किती वेळ तो करायचा? मी रागातच म्हणालो, ''प्रयोग इतका जवळ आला असता नाटक करू नका असे म्हणण्याला मी मोकळा नाही. तुम्हांला हवे ते करा. मला हे मान्य असणार नाही, एवढे सांगतो. बेणारेची सामुदायिक शिकार करण्यातल्या एकाचीही तिला आडवे रोखण्याची प्राज्ञा असणार नाही. तिला फक्त तिची नियतीच रोखू शकेल आणि रोखते.''

तालमीतून तावातावाने मी निघून गेलो. हे प्रयोगाआधी एखादाच दिवस घडले असावे. प्रयोगाच्या दिवशी सकाळी कचेरीच्या वाटेवर मी रवींद्र नाट्यगृहात पोचलो. दुपारी प्रयोगाला असणार नव्हतो, तेव्हा सकाळीच रीतसर शुभेच्छा देऊन जावे असा बेत होता. नेपथ्य लागत होते आणि अरविंद एकटाच रंगमंचावर बसला होता. मी त्याला 'विश' केले. चष्म्याच्या भिंगांवरून मला न्याहाळत त्याने मिष्किल स्वरात विचारले, ''मग काय तेंडुलकर, दुसऱ्या अंकाचा शेवट काय करायचा?'' मला डिवचण्याचा उद्देश त्यात स्पष्ट होता. मी न डिवचले जात म्हटले, ''मी केला आहे तोच बरोबर आहे अशी माझी ठाम धारणा आहे. पण प्रयोगात मी कोण तुम्हांला अडवणार? तेव्हा, ऑल द बेस्ट.''

मी तेथून निघालो. दुपारी प्रयोग झाला. संध्याकाळी साहित्य संघात अरविंद प्रयोग संपवून पोचला तेव्हा उत्साहात होता. प्रतिकूल परिस्थितीतदेखील प्रयोग कित्येकांना आवडला होता. नाटक आवडले होते. मी विचारले, ''दुसऱ्या अंकाचा शेवट काय केलास?'' अरविंद मिष्किलपणे हसत म्हणाला, ''खरे म्हणजे मी बसवलेला करणार होतो, पण आयत्या वेळी तुमचा होता तसा केला.'' ''मग लोक काय म्हणाले?'' मी उत्सुकतेने विचारले. लोकांना तो पटणार नाही अशी खात्री त्याने व्यक्त केली होती. आता तो हसत म्हणाला,

"कुणी काहीच म्हणाले नाही. त्याबद्दल कुणी बोललेच नाही. लोक नाटकाबद्दल बोलत होते." याचा अर्थ लोकांना त्या जागी काही खटकले नव्हते. माझा, नाटककाराचा अहंकार सुखावला. परंतु हेही खरे होते की अरविंदने त्याचा दिग्दर्शकाचा अहंकार वेळीच आवरून नाटककाराला वाट करून दिली होती. नाटककाराचे म्हणणे विचारपूर्वक आहे असे पाहिल्यावर, ते न पटूनही त्याप्रमाणे त्याने नाटक घडू दिले होते आणि नाटककाराचे यश नंतर मान्य करण्याचा खिलाडूपणाही त्याने दाखवला होता.

या नाटकाच्या बाबतीत आरंभापासून जे जे घडले त्यात एक आश्चर्यजनक संगती होती. आरंभी म्हटल्याप्रमाणे कु-मुहूर्तावर जन्मलेल्या बाळासारखेच त्याचे नशीब होते. इतक्या अडचणीतून त्याचा प्रयोग झाला, परंतु त्यातून 'रंगायन'ला बक्षीस मिळालेच नाही. स्पर्धेच्या पहिल्या फेरीत ते नाटक बाद झाले. परीक्षकांच्या मते ते मुळी नाटकच नव्हते. तरीही अरविंद आणि सहकाऱ्यांनी धीर सोडला नाही. नाटक मरू दिले नाही. त्याचे प्रयोग पैसे जमवून चालू ठेवले. दर प्रयोगात 'रंगायन'ला तोटा होत होता. तो वाढत नव्हता परंतु कमीही होत नव्हता. पुढे पस्तिसाव्या प्रयोगाशी 'रंगायन'ची प्रयोग रेटण्याची कुवत संपली. नाटक बंद झाले. मध्यंतरी सतीश दुभाषी नाटकातून गेला होता ('रंगायन'च्या प्रयोगशील वातावरणात तो तसा रमलाच नाही.) आणि सुखात्मेची भूमिका अरविंद करू लागला होता. स्वतःच्या व्यक्तिमत्त्वाच्या अंगाने तिला एक वेगळेच रूप त्याने दिले होते. सतीशची छाप त्यात कुठेही नव्हती.

नाटक बंद पडले आणि त्याला 'कमलादेवी चटोपाध्याय' पारितोषिक मिळाले. त्यासरशी नव्या उत्साहाने अरविंद आणि त्याच्या सहकाऱ्यांनी पुन्हा प्रयोग लावले. त्यांना गर्दी होऊ लागली. कंत्राटदारही मिळाला. त्यानंतर त्या नाटकाचे दीडशेवर प्रयोग अरविंदच्या 'रंगायन'ने गावोगाव केले. चाळीस-पन्नास हजार रुपये 'रंगायन'च्या खाती बँकेत प्रथमच जमले. दोन-चारशे रुपयांच्या बळावर सुरू केलेल्या नाटकाने 'रंगायन'ला प्रथमच घवघवीत आर्थिक स्थैर्य दिले आणि याचे श्रेय प्रामुख्याने अरविंदला जाते. त्याचे नेतृत्व, दिग्दर्शन आणि अभिनयदेखील अशा सर्वांचा वाटा त्यात होता. सुलभाची बेणारे तर इतिहास निर्माण करणारी ठरली.

या दोघांमुळे त्या काळात 'रंगायन' जगले, वाढले.

आणि या यशानेच अरविंद आणि सुलभाला 'रंगायन'मधून हद्दपार केले. विजयाबाई इंग्लंडहून परतल्या होत्या. त्यांना त्यांचे 'रंगायन' परत हवे होते. त्यांच्या दृष्टीने अरविंद-सुलभा यांनी 'रंगायन'ची शान घालवली होती. 'रंगायन'ला धंदेवाईक संस्थेचे रूप दिले होते. 'शांतता' ही त्यांच्या मते 'रंगायन'च्या पूर्वलौकिकाला न साजणारी निर्मिती होती. अरविंद-सुलभाला 'रंगायन' बाहेर जावे लागले. त्यानंतर अल्प काळातच 'रंगायन' बंद करून विजयाबाई धंदेवाईक रंगभूमीवर गेल्या.

अरविंदने मात्र 'आविष्कार' ही स्वत:ची संस्था काढली. छबिलदास शाळेचे प्रायोगिक नाट्यगृह हे प्रायोगिक रंगभूमीचे एक महत्त्वाचे केंद्र बनवले. मराठीतीलच नव्हे तर इतर भाषांतीलही प्रायोगिक नाटके तिथे झाली.

हा झाला 'शांतता'च्या इतिहासाचा एक भाग. दुसरा भाग नाटककार म्हणून माझ्या वाट्याला आलेल्या वाङ्मयचौर्याच्या आरोपाचा. नाटकातला बाळू, सुखात्मे मला प्रत्यक्ष भेटले. एक पोंक्षेही होता, कर्णिक होता. काशीकर अनेक होते. आरोपीच्या पिंजऱ्यात मला ठेवण्यात आले. लिहिलेल्या नाटकातून नंतर असे स्वत:ला प्रत्यक्ष जाताना पाहणे, हा मला एक अनुभव होता.

काही असले तरी 'शांतता' ने एक इतिहास घडवला आणि त्याचे श्रेय कोणा एकाला द्यायचेच तर ते अरविंद देशपांडे याला मी देईन.

—विजय तेंडुलकर

किर्लोस्कर, जून १९७०